# असीम आनंद

# असीम आनंद

## अवेकनिंग विथ् ब्रह्माकुमारीज्

*राजयोगिनी शिवानी*
*यांचा सुरेश ओबेरॉय यांच्याशी संवाद*

**अनुवाद :** माधव जोशी
**संपादन :** चेतन कोळी

MANJUL
मंजुल पब्लिशिंग हाउस

MANJUL

**मंजुल पब्लिशिंग हाउस**

*पुणे संपादकीय कार्यालय*

फ्लॅट नं. 1, पहिला मजला, समर्थ अपार्टमेंट्स,
1031 टिळक रोड, पुणे – 411 002

*व्यावसायिक आणि संपादकीय कार्यालय*

दुसरा मजला, उषा प्रीत कॉम्प्लेक्स, 42 मालवीय नगर, भोपाळ – 462 003

*विक्री आणि विपणन कार्यालय*

7/32, अंसारी रोड, दर्यागंज, नवी दिल्ली – 110 002
www.manjulindia.com

*वितरण केंद्रे*

अहमदाबाद, बेंगलुरू, भोपाळ, कोलकाता, चेन्नई,
हैदराबाद, मुंबई, नवी दिल्ली, पुणे

*Happiness Unlimited* by Sister BK Shivani – Marathi Edition

राजयोगिनी शिवानी लिखित *हॅपिनेस अनलिमिटेड*
या मूळ इंग्लिश पुस्तकाचा मराठी अनुवाद



लेखिका : बी. के. शिवानी

प्रथम आवृत्ती 2019 साली प्रकाशित
प्रस्तुत द्वितीय आवृत्ती 2020 साली प्रकाशित

**ISBN : 978-93-89143-39-3**

मराठी अनुवाद : माधव जोशी

मुखपृष्ठ सजावट : नेहा बहल

मुद्रण व बाइंडिंग : मणिपाल टेक्नॉलॉजीज लिमिटेड, मणिपाल

# *अनुक्रमणिका*

# असीम आनंद

आजकाल आनंद हरवत का चाललाय बरं? याचं मुख्य कारण आहे 'परावलंबन'. परावलंबन म्हणजे बाह्य गोष्टींवर अवलंबून असणं. खरं तर हा किती मोठा विरोधाभास आहे! कारण आनंद कुणावरही अवलंबून नसतो, ना तो कोणत्या वस्तूत असतो.

आपण जेव्हा सर्वांचा विनाअट स्वीकार करतो, तेव्हाच आपल्याला आनंद प्राप्त होतो. थोडक्यात, इतरांच्या स्वभावाचं अतिविश्लेषण न करता त्यांचा संपूर्णपणे स्वीकार करणं; त्यांच्याविषयी मनात कोणताही किंतु न बाळगणं; इतरांवर कोणतीही टीका न करणं; आणि त्यांना आपल्या नियंत्रणात ठेवण्याची वृत्ती, त्यांच्याशी स्पर्धा करण्याची इच्छा यांतून मुक्त होणं; हाच आनंदाचा मार्ग आहे.

आपल्या विचारांचे आणि भावनांचे तरंग जेव्हा पावित्र्य, शांती, प्रेम यांच्याशी जुळतात; तेव्हा आपल्यात आमूलाग्र परिवर्तन घडतं. मग आपण इतरांकडून अपेक्षा ठेवण्यापेक्षा इतरांना हवं ते देण्यात धन्यता मानायला लागतो, घडून गेलेल्या गोष्टी मनात उगाळण्यापेक्षा त्या विसरून जाण्यात, इतरांकडून अपेक्षा करण्यापेक्षा स्वीकारभावानं जगण्यात आणि भूतभविष्याच्या चक्रात अडकण्यापेक्षा वर्तमानाचा आस्वाद घेण्यातच आपल्याला आनंद मिळायला लागतो. कारण आता आपल्याकडे शक्तीसुद्धा असते आणि योग्य निर्णय घेण्याची क्षमतासुद्धा! होय, आनंदी राहणं हा एक निर्णयच असतो.

हिंदी चित्रपटसृष्टीतले आंतरराष्ट्रीय ख्यातीचे अभिनेते श्री. सुरेश ओबेरॉय आणि *प्रजापिता ब्रह्माकुमारी ईश्वरीय विश्वविद्यालय* या संस्थेच्या राजयोगसाधक शिवानीदीदी यांच्या संवादामधून याच विचारांची उकल करण्यात आली आहे, पण हा संवाद एकमार्गी किंवा एकसुरी मुळीच नाही.

या पुस्तकात मुलाखतीचा शब्द-न्-शब्द जसाच्या तसा मुळीच घेतलेला नाही. शिवानीदीदी यांनी मांडलेले 'आनंद' या संकल्पनेचे अनेक आयाम आपल्यापर्यंत पोहोचवण्याचा हा प्रामाणिक प्रयत्न!

# परिचय

आंतरराष्ट्रीय स्तरावरील आध्यात्मिक आणि प्रेरणादायी कार्यक्रमांचा मानदंड ठरलेल्या *अवेकनिंग विथ् ब्रह्माकुमारीज्* या कार्यक्रमाने गेल्या दशकभरापासून लक्षावधी लोकांच्या मनामध्ये परिवर्तन घडवून आणण्याचं आपलं कार्य निरंतरपणे सुरू ठेवलं आहे. दिवसेंदिवस त्याचा विस्तार वाढतच आहे. हा कार्यक्रम जगाच्या कानाकोपऱ्यात पोहोचला आहे. संपूर्ण दिवसभरामध्ये केवळ ३० मिनिटांचा कालावधी असणाऱ्या या दैनंदिन आणि मुलाखतीच्या स्वरूपातील कार्यक्रमामधून जीवनातील अनेक प्रश्नांना विचारप्रवर्तक आणि अंतर्दृष्टी प्रदान करणारी उत्तरे मिळतात. राजयोगिनी शिवानी या आध्यात्मिक आणि भावनिक सशक्तीकरणाच्या क्षेत्रातील जागतिक स्तरावरील ख्यातिप्राप्त अधिकारी व्यक्तिमत्त्व आहेत. त्या या कार्यक्रमाच्या मानबिंदू आहेत. त्यांच्या प्रगल्भ आणि अनुभवसिद्ध ज्ञानामुळे लक्षावधी प्रेक्षक विचार करण्यासाठी, समजून घेण्यासाठी, आत्मपरीक्षण करण्यासाठी, प्रयोग करण्यासाठी, सकारात्मक पावलं उचलण्यासाठी आणि स्वत:मध्ये झालेले परिवर्तन अनुभवण्यासाठी प्रवृत्त झालेले आहेत. शांती, प्रेम आणि सहानुभूतीचं मूर्तिमंत रूप असलेल्या राजयोगिनी शिवानी या कार्यक्रमामधून देत असलेल्या कालातीत संदेशामधून त्यांचं व्यक्तिमत्त्वच प्रतिबिंबित होत असतं.

सन २००७पासून आजपर्यंत *अवेकनिंग विथ् ब्रह्माकुमारीज्* या कार्यक्रमामध्ये 'मानवी चेतनेचे विकसन' या मध्यवर्ती संकल्पनेवर आधारित २० वैविध्यपूर्ण विषयांची मालिका गुंफण्यात आली आहे.

केवळ मायदेश भारतामध्येच नव्हे तर युएसए, युके, युरोप, आशिया, मध्यपूर्वेतील देश, आफ्रिका, ऑस्ट्रेलिया आणि न्यूझीलंड या देशांमध्येही या कार्यक्रमाने आपली छाप पाडली आहे. मानसिक तणाव, नैराश्य, व्यसनं, न्यूनगंड आणि बिघडलेले नातेसंबंध या सर्वांचं कारण ठरणाऱ्या नुकसानकारक वर्तनापासून मुक्ती मिळवण्यामध्ये प्रेक्षकांना यश मिळत आहे. त्यांना त्यांच्या स्वत:च्या आंतरिक शक्तीचा अनुभव आला आहे. ते संवेदनशील झाले आहेत. त्यांच्या मनात स्वत:विषयी सकारात्मक भावना निर्माण झाली आहे. हे प्रेक्षक दैनंदिन जीवनामध्ये स्वत:च्या पायावर उभे आहेत.

या कार्यक्रमामध्ये सांगण्यात येणारे सारगर्भ ज्ञान हे ब्रह्माकुमारीज्च्या शिकवणीचा एक भाग आहे. ब्रह्माकुमारीज् ही एक आध्यात्मिक संघटना असून भारतातील माऊंट आबू येथे त्यांचे मुख्यालय आहे. महिलांद्वारे नेतृत्व केली जाणारी ही सर्वांत मोठी संघटना आहे. सन १९३७मध्ये या सेवाभावी कार्याचं बीजारोपण झालं. आज पाच खडांतील १४० देशांमध्ये ४,५००पेक्षा अधिक केंद्रांमधून या कार्याचा विस्तार झाला आहे. संयुक्त राष्ट्रसंघाच्या आर्थिक आणि सामाजिक परिषदेकडून (ECOSOC) या संस्थेला 'जनरल कन्सल्टेटिव्ह स्टेटस' प्राप्त झालेले आहे. त्याचबरोबर संयुक्त राष्ट्रसंघ बालक निधी (युनिसेफ) या संस्थेकडून 'असोसिएट स्टेटस' आणि संयुक्त राष्ट्रसंघाच्या पर्यावरण संसदेकडून (युनेप) 'ऑब्झर्वर स्टेटस' प्रदान करण्यात आलेले आहे. संयुक्त राष्ट्रसंघाच्या विकासविषयक, मानवतावादी आणि अन्य विषयांशी संबंधित वैविध्यपूर्ण कार्यक्रमांना या संघटनेचा पाठिंबा आहे.

राजयोगाच्या प्राचीन आध्यात्मिक ज्ञानातून ब्रह्माकुमारीज्ची शिकवण विकसित झाली आहे. ती आजच्या काळाशी अत्यंत सुसंगत आहे. राजयोगाच्या माध्यमातून प्रत्येकजण आपले स्वत:चे आध्यात्मिक उन्नयन करतो. आपल्या धारणा तसेच ध्यान यांविषयीची कौशल्यं आत्मसात करतो. त्यामधून त्यांना

आंतरिक शांती, विचारांची स्पष्टता आणि व्यक्तिगत स्तरावरील सुखी जीवन प्राप्त करण्यासाठी साहाय्य मिळते. ब्रह्माकुमारीज् संस्था प्रत्येकाला अध्यात्मविद्या उपलब्ध करून देण्याची शाश्वती देते. 'वय, श्रद्धा आणि पार्श्वभूमी' यांना निरपेक्ष राहून मानवी जीवनामध्ये कोणत्याही स्तरावर असणाऱ्या लोकांचे ब्रह्माकुमारीज् स्वागत करते.

कुणीही व्यक्ती त्यांच्या जवळच्या केंद्रामध्ये जाऊन राजयोग ध्यान शिकण्यासाठी आपली सोयीची वेळ निश्चित करू शकतो. दररोज एक तास याप्रमाणे सात दिवसांचा एक फाऊंडेशन कोर्स असतो. हा कोर्स नि:शुल्क असतो. संपूर्ण जगभरामध्ये दररोज चालणाऱ्या आध्यात्मिक अध्ययन वर्गामध्येही सर्वांचे स्वागत केले जाते. व्यक्तिगत आणि कॉर्पोरेट स्तरावर इतर अनेक कोर्सेस उपलब्ध आहेत. यांमध्ये संवाद, सामुदायिक प्रकल्प, विविध श्रद्धांचा परस्पर समन्वय साधणारे कार्यक्रम, व्याख्याने, कार्यशाळा, सत्रं, परिषदा आणि अन्य माध्यमांचा समावेश होतो.

संकेतस्थळ : http://www.brahmakumaris.org

भारतातील केंद्रे : https://www.brahmakumaris.com/centers/

जगभरातील केंद्रे : http://www.brahmakumaris.org/center-locator.

# वाचकांसाठी नम्र निवेदन

*प्रिय आनंदी आत्मा,*

ओम शांती... आपल्या जीवनात शांती आणि आनंद येवो, याच शुभेच्छा.

तुम्ही हे पुस्तक वाचण्यासाठी हाती घेतलंय याचाच अर्थ, तुमच्या व्यक्तिमत्त्वात आनंद रुजवण्यासाठीची तुमची इच्छा आणि तुमचा निश्चय पक्का आहे. हे पहिलं पाऊल उचलल्याबद्दल अभिनंदन! तुम्हाला हव्या असणाऱ्या आनंदाची संकल्पना समजून घेण्यासाठी, आनंदाची अनुभूती होण्यासाठी आणि तो अभिव्यक्त करण्यासाठी या पुस्तकाने तुम्हाला साहाय्य करावं, हाच आमचा हेतू आहे.

मी *अवेकनिंग विथ् ब्रह्माकुमारीज्‌चा* प्रवास सुरू केला तेव्हा जगातल्या आणि मनातल्या दुःखांचा आलेख मांडणं सोपं होतं. लहान मुलं, प्रौढ आणि वृद्ध अशा सर्वांच्याच आंतरिक व बाह्य विश्वात जणू गोंधळ माजला होता. प्रत्येकालाच आनंद हवा होता; पण तो केव्हा, कुठे आणि कसा शोधावा याची मात्र कोणालाच खात्री नव्हती. आयुष्याकडे पाहण्याचा नवा दृष्टिकोन आणि सकारात्मक मार्ग यातूनच आनंदाकडे मध्यवर्ती संकल्पना म्हणून पाहण्याची कल्पना सुचली.

यातूनच *हॅपिनेस अनलिमिटेड* या टीव्ही सिरीजची कल्पना सुचली. ३० भागांच्या या मालिकेत आनंद या संकल्पनेचा प्रत्येक पैलू, प्रत्येक बाजू समजून घेण्याचा प्रयत्न करण्यात आला. जगभरातील प्रेक्षकांचा या कार्यक्रमाला उदंड प्रतिसाद लाभला. व्यक्ती, कुटुंब आणि समाज अशा सर्व घटकांना ते घेत असलेल्या आनंदाच्या व शांतीच्या शोधाचे उत्तर म्हणून आणि एक मार्गदर्शिका म्हणून या कार्यक्रमाकडे पाहिलं जाऊ लागलं.

एखाद्याच्या आयुष्यात आनंदासारखी भावना प्रतिबिंबित होण्यासाठी, रुजण्यासाठी, ती रोजच्या जगण्याचा भाग होण्यासाठी आणि जीवनशैलीत उतरण्यासाठी व त्यावर प्रभुत्व मिळवण्यासाठी काही वेळ लागतोच. त्यामुळेच या कार्यक्रमातून शिकलेल्या गोष्टींचं जतन करण्यासाठी, त्यावर मनन करण्यासाठी प्रेक्षकांना सतत हाताशी राहील असं एक गाइड हवं होतं.

हे पुस्तक तुम्हाला भरभरून देणाऱ्या भेटवस्तूप्रमाणे ठरो, हीच अपेक्षा. तुम्ही घर, ऑफिस, प्रवास, सुटी अशा कोणत्याही ठिकाणी असा; बाह्य परिस्थिती कशीही असली तरी रोजच्या जगण्यात आनंदाची अनुभूती घेण्यासाठी हे पुस्तक तुम्हाला साहाय्य करेल. हे पुस्तक तुमच्या आध्यात्मिक ग्रंथांच्या दालनात ठेवा, ते वाचा, त्यावर मनन करा, आनंदी तरंगांशी ताळमेळ जुळावा यासाठी मनाचं रि-प्रोग्रॅमिंग करा आणि अधेमधे विसावा घेत जाणा, की किती मोठ्या प्रमाणात तुमच्या आयुष्यात परिवर्तन घडलंय!

**राजयोगिनी शिवानी**

भाग १

# निवड आनंदाची

# 'आनंद' म्हणजे काय?

*स्वतःमधल्या सुमार आणि जुनाट गोष्टींना कायमचा निरोप देत अंतर्यामीच्या सौंदर्याला जाग आणणारी एक वेळ असते आणि आत्ता तीच वेळ आहे. ही वेळ आहे, आपल्या जीवनाचा नव्या उत्साहानं पुनर्विचार करून त्यावर स्वामित्व प्रस्थापित करण्याची. ही वेळ आहे, 'ब्रह्माकुमारीज्'च्या सोबत आपल्या जीवनात जागृती आणण्याची...*

*ॐशांती!*

***सुरेश ओबेरॉय : शिवानीदीदी, 'आनंद' म्हणजे नक्की काय?***

***शिवानीदीदी :*** आपण काय करतोय, कशाप्रकारचे नातेसंबंध आपण प्रस्थापित केलेत, आपल्याला काय साध्य करायचंय या आणि अशा गोष्टींच्या पलीकडं जाऊन जीवनात आपण ज्या गोष्टीचा शोध घेतो, ती म्हणजे आनंद. जर आपण जीवनाचा विचार करत असू, तर निश्चितच आपण आनंदाचा शोध घेत आहोत.

***सुरेश ओबेरॉय : तुम्ही म्हणालात की, आपण आनंदाचा शोध घेऊ पाहतो; पण नेमका कोणत्या मार्गानं हा शोध घेतला जातो?***

***शिवानीदीदी :*** अनेक मार्गांनी. मालकी हक्क, मालमत्ता, नातेसंबंध, संपादित केलेली कौशल्यं आणि आरोग्यपूर्ण शरीर अशा वेगवेगळ्या मार्गांनी आपण आनंदाचा शोध घेतो. जेव्हा तुम्ही एखाद्याला विचारता की, तुला आयुष्यात

काय मिळवायचंय? तेव्हा बहुतेकांचं उत्तर असतं – 'यश'. त्यांना यशच हवं असतं, कारण त्यामुळं ते आनंदी होतात. आपण जेव्हा एखाद्याला अमुक गोष्ट खरेदी करण्यामागचं प्रयोजन विचारतो, तेव्हा ती गोष्ट खरेदी केल्यानं त्याला किंवा त्याच्या कुटुंबाला आनंद होईल हेच उत्तर ऐकायला मिळतं. नातेसंबंधांतून तुम्हाला काय मिळतं? असं एखाद्याला विचारून पाहा. त्याचं उत्तर आनंद हेच असेल. शेवटी प्रत्येक जण ज्या गोष्टीच्या शोधात असतो, ती म्हणजे, 'आनंद'!

***सुरेश ओबेरॉय : पण आनंद मर्यादित असतो की अमर्यादित? माझ्या मते, आनंद मर्यादितच असतो. होय ना ?***

***शिवानीदीदी :*** होय. खरंतर, तो आहे की नाही, हेही नाही सांगता येणार.

***सुरेश ओबेरॉय : म्हणजे आनंद क्षणिक असतो, असंच ना? जसं एखादं लहान मूल एखाद्या खेळण्याशी खेळतं, खेळता खेळता ते खेळणं मोडतं, नंतर त्याला दुसऱ्या खेळण्याशी खेळावंसं वाटतं. ते खेळणं मोडलं की तिसऱ्या... ही साखळी अशीच सुरू राहते. मग आपण नेमकं शोधतो तरी काय? जर आपण आनंदाच्या शोधात असू, तर तो भरीव आणि चिरंतन असायला हवा, नाही का?***

***शिवानीदीदी :*** आनंद चिरंतनच हवा, ते तर सगळ्यांत महत्त्वाचं. जर आनंद माझ्या पसंतीचा, माझ्या इच्छेनुरूप असेल आणि जर तो अगदी सहजगत्या मला मिळाला, तर तो कोणत्याही बाह्य कारणांवर अवलंबून नसेल. जर तो अन्य गोष्टींवर अवलंबून असेल, तर तो कायमस्वरूपी असणं शक्य नाही.

सोप्या भाषेत सांगायचं तर, तुमच्या आनंदाचं कारण जर कुठेतरी बाहेर असेल, तर तुम्ही तुमच्या आनंदासाठी त्या विशिष्ट गोष्टीवर अवलंबून राहता आणि मग ती भावनाही फार काळ टिकत नाही. जेव्हा मी म्हणते, 'बाहेर सुंदर हवा पडली आहे, त्यामुळं मला छान वाटतंय.' त्यावेळी मला छान वाटणं बाहेरच्या हवामानावर अवलंबून असतं.

***सुरेश ओबेरॉय : अगदी बरोबर! पण मला हे जाणून घ्यायचंय, की इच्छा आणि अवलंबित्व यांशिवाय एखाद्यानं आनंदाची प्राप्ती कशी करावी?***

***शिवानीदीदी :*** आनंद कुठूनतरी बाहेरून आपल्याला प्राप्त होतो, ही जी

श्रद्धा आहे ना, ती आपण जोपासत असलेल्या अनेक जुनाट श्रद्धांपैकी एक आहे. आनंद कधी कर्तव्यपूर्तीचा असतो किंवा इतरेजनांकडून तुम्हाला मिळणारा असतो किंवा आपण जसे आहोत, त्या सद्य:स्थितीतूनही आनंद मिळत असतो. मी अमुक एक गोष्ट करतोय, कारण त्याने मला आनंद मिळणार आहे, सर्वदा हेच सूत्र असतं. ती गोष्ट करून पूर्ण झाली आणि तीही उचितपणे, तर मी आनंदी होणार! याचाच अर्थ, उचित प्रकारे कृती घडून येण्यावर आपला आनंद अवलंबून असतो. मुलाने चांगले गुण मिळवले, त्याने उत्तम प्रगती केली, तो सुदृढ दिसू लागला की त्याच्या पालकांना आनंद होतो.

मग पालक मुलांना संस्कारांच्या साच्यात बसवून टाकतात. या साचेबद्ध संस्कारांच्या नियंत्रणात राहिल्याने त्या मुलांनाही असा विश्वास वाटू लागतो, की माझे आईवडील आनंदी असतील, तर मीही आनंदी होईन. आणि ते आनंदी नसतील तर मग मी तरी कसा आनंदी होऊ शकेन?

***सुरेश ओबेरॉय : आनंद म्हणजे काय आणि तो कोणावरही अवलंबून न राहता कसा प्राप्त करावा, याचा एखादा सोपा आणि रास्त मार्ग तुम्ही सांगाल का?***

***शिवानीदीदी :*** त्यासाठी सर्वप्रथम 'परावलंबित्व' म्हणजे नेमकं काय, हे समजून घेण्याचा आपण प्रयत्न करू या. रोजच्या जीवनात ज्या परावलंबनाचा आपण अनुभव घेतो, ते मुख्यतः बाह्य वस्तूंवरील असतं. आपण बऱ्याचदा म्हणतो, 'जेव्हा मी मोटार विकत घेईन, तेव्हा मला आनंद होईल. मी नवीन मालमत्ता विकत घेईन, तेव्हा मला आनंद होईल. मी शॉपिंग करेन, आणि मग मला आनंद होईल.'

***सुरेश ओबेरॉय : मग यात काय चुकीचं आहे? हे नैसर्गिकच आहे की!***

***शिवानीदीदी :*** पण ते सत्य आहे का, हे जास्त महत्त्वाचं आहे! आपण ज्यांच्यावर अवलंबून असतो, त्या बाह्यवस्तू खरंच आपल्याला आनंदी करतात का?

***सुरेश ओबेरॉय : प्रामाणिकपणे सांगायचं तर नवीन मोटार खरेदी केल्यानं मला नक्कीच आनंद होईल.***

***शिवानीदीदी :*** नक्कीच होणार! पण ज्या आनंदाचा तुम्ही खरोखर शोध घेत आहात, तोच आनंद नवी कार तुम्हाला देणार आहे का?

माझ्याकडं नवी मोटार आल्यानं मी आनंदी होणार, म्हणजे माझ्याकडं नवी मोटार नसली, तर? तेव्हा एक प्रश्नचिन्ह उभं राहतं. म्हणजे समजा अजून दहा दिवसांनी मोटारीवर एखादा ओरखडा उठला तर त्यामुळं माझ्या आनंदावरही परिणाम होणार. कारण माझ्या विचारपद्धतीची जडणघडणच मी तशी बनवून टाकली आहे. 'ही मोटार मला आनंद देते' ही तुम्ही तुमची धारणा बनवून टाकली आहे, आणि हे तर नक्कीच सत्य नाही. 'क्ष' किमतीला तुम्ही एक मोटार खरेदी करता किंवा असं म्हणूया की, 'क्ष' रकमेच्या दसपट रक्कम खर्चून तुम्ही आलिशान मोटार खरेदी करता. जगातील सर्वांत महागडी मोटार आहे ती! तुम्ही त्या आरामदायी मोटारमध्ये बसता. आता मला सांगा, हा आराम अनुभवणारं नेमकं कोण असतं? तुमचं शरीर. मोटारीतली आरामशीर बैठकव्यवस्था, अफलातून म्युझिक सिस्टीम, वातानुकूलन यंत्रणा आणि तिच्यात आनंदाने निवांत बसलेली मी! हे सगळं माझ्या देहाला अतिसुखद वाटतंय. मोटारीमध्ये मी स्वतःला म्हणते, "मला किती छान वाटतंय!" समजा, त्याचवेळी घरात काही दुर्घटना घडल्याचा फोन मला आला, तर तेव्हाही 'मी' तशीच आनंदी असणार आहे का?

***सुरेश ओबेरॉय : नक्कीच नाही.***

***शिवानीदीदी :*** पण तरीही तुम्ही आनंदी आहात. कारण अजूनही तुम्ही त्या आरामशीर मोटारीत बसलाय. मोटारही तीच आहे आणि तिच्यात बसलेले तुम्हीही तेच आहात. मोटारीत बसताच आरामाचा सुखद अनुभव यावा, अशीच तिची अंतर्रचना आहे. म्हणजे तुम्हाला सुख पोचवण्याचं काम ती करतच राहणार आहे, तुमच्या आयुष्यात कितीही भल्याबुऱ्या घटना घडल्या तरी!

***सुरेश ओबेरॉय : म्हणजे सुख आणि आनंद या दोन भिन्न गोष्टी आहेत, असं तुम्हाला म्हणायचंय का?***

***शिवानीदीदी :*** अगदी बरोबर! जे जे भौतिक आहे, ते सर्व मला सुख प्राप्त व्हावं, म्हणून अस्तित्वात आलं आहे. माझं खुर्चीवर बसणं हीदेखील एक

शारीरिक क्रिया आहे आणि ती खुर्ची माझ्या देहाला सुख देते आहे. पण मी मात्र स्वतःला सांगते की, खुर्ची मला 'आनंद' देते.

***सुरेश ओबेरॉय : म्हणजे ही धारणा चुकीची आहे का?***

***शिवानीदीदी :*** बालपणापासून आपल्यावर झालेल्या संस्कारांमुळेच आपण अशा प्रकारे विचार करतो. या संस्कारांच्या साथीनेच आपण मोठे होतो. पण आता मात्र या विचारप्रणालीचा आपण नव्यानं विचार केला पाहिजे.

***सुरेश ओबेरॉय : आमच्या लहानपणी आमचे पालक 'माझ्या मुलानं आनंदी व्हावं म्हणून मी ही वस्तू खरेदी करतोय' या विचाराने एखादी वस्तू विकत घेऊन द्यायचे. आम्ही आनंदी व्हावं, म्हणून आम्हाला सहलीला घेऊन जायचे. अशाच संस्कारात मोठे झालो आम्ही.***

***शिवानीदीदी :*** अगदी बरोबर. समजा, माझ्या मालकीचा अतिशय सुंदर बंगला आहे, सर्वोत्कृष्ट गाडी आहे. घरात स्वप्नवत् वाटतील, अशा सोयीसुविधा आहेत, मला हवी ती सगळी गृहयंत्रं, उपकरणं घरात उपलब्ध आहेत. एवढं सगळं असतानाही माझा आनंदाचा शोध का सुरू आहे? सगळ्या गोष्टी माझ्या घरात असताना माझा हा शोध थांबायला नको का? मी म्हणेन ती वस्तू मला उपलब्ध असूनदेखील मी त्या विशिष्ट संवेदनेला कायम शोधत राहते. याचाच अर्थ असा, की ही सर्व यंत्रे, उपकरणे मला ती विशिष्ट संवेदना मिळवून देण्यास कुचकामी आहेत. या उपकरणांद्वारे मी फक्त एक आरामदायी आयुष्यच मिळवू शकते.

***सुरेश ओबेरॉय : मगाशी तुम्ही जो आलिशान मोटारीचा संदर्भ दिलात, त्या मोटारीशी संबंधित आरामदायीपणा नंतर फोनवरून समजलेल्या दुर्घटनेच्या निरोपामुळे उरलाच नाही. मग इथे सुख राहिलंच कुठे?***

***शिवानीदीदी :*** कल्पना करा, तुम्ही मागं रेलून निवांतपणे पाय पसरून त्या आलिशान मोटारीत बसला आहात. तुम्हाला अचानक मिळालेल्या माहितीमुळे तुम्ही दुःखी होता. हे दुःख निर्माण कोण करतं? तुमचं मनच! तुमचं मन अस्वस्थ झालं, की शरीराच्या सुखावह स्थितीतदेखील तुम्हाला रस वाटेनासा होतो. भले तुमचं शरीर आरामात असेल, पण त्यातला 'मी' मात्र या क्षणी अस्वस्थ आहे.

सध्याची शरीराची सुखावह स्थिती त्याला आता महत्त्वाची वाटत नसून 'मी' आता आनंदाच्या शोधात आहे. हे उलटदेखील असू शकतं. कदाचित मी आरामदायी स्थितीत बसलेली नसेन, मला जमिनीवर मांडी घालून बसावं लागलं. पण जर माझ्या अंतर्यामी उत्कट सुख असेल, तर मी त्याही परिस्थितीत आरामशीर असेन.

***सुरेश ओबेरॉय : मग एखाद्याला त्या अवस्थेपर्यंत कसं पोचता येईल?***

***शिवानीदीदी :*** शरीराची सुखावह स्थिती ही भावनिक सुखाहून भिन्न आहे, याची जाणीव ठेवून! त्या अवस्थेपर्यंत पोचण्यासाठी एक गोष्ट लक्षात घेतली पाहिजे. शरीराचं सुख हे भावनिक सुखाहून पूर्णतः भिन्न आहे. अंतरंगातलं सुख, अंतर्यामीची स्थिरता म्हणजेच आनंद! हा आनंद मी अनुभवू शकत नव्हते; कारण त्यावेळी 'शारीरिकदृष्ट्या सुख मिळाल्यावरच मी आनंदी होईन', असा विचार मी करत होते. आज तर आपण आनंदही खरेदी करू पाहत आहोत. आपण म्हणतो, मी हे खरेदी केलं की आनंदी होईन. पण त्यानंतरही आपली शॉपिंग लिस्ट वाढतच जाते. वस्तू खरेदी करण्यास माझा विरोध नाहीये, माझं म्हणणं एवढंच आहे की या खरेदीची आणि आनंदाची सांगड नका घालू. मी वस्तू खरेदी करते; कारण ती सुखसोयी देणारी आणि फायद्याची असते. पण ती मला आनंद पोचवते का? तर मुळीच नाही.

खरेदी करताना निदान मी ते का खरेदी करत आहे, हे मला ठाऊक तरी असतं. शिवाय, 'हे विकत घेतल्यानं मी आनंदी होईन', असं खरेदी करताना मी माझ्या मनाला सांगत नाही. जर माझा आनंद मी भौतिक गोष्टींशी जोडला, तर मी आनंदप्राप्तीचा कालावधी पुढे ढकलते आणि त्याला आणखी एक नवीन अट घालते. समजा, मी एक घर बांधत आहे. तेव्हा मी मनात म्हणते, जेव्हा हे घर बांधून पूर्ण होईल आणि मी त्यात राहायला जाईन, तेव्हा मी आनंदी होईन. म्हणजेच अजून एक किंवा दोन वर्षांनी मी आनंदी होईन.

मी माझं आनंदी होणं पोस्टपोन करत आहे, दूर ढकलत आहे. आता हेच उदाहरण पाहा ना! शाळेत शिकणाऱ्या मुलाकडे पाहून आपण म्हणतो, बालपण ही आपल्या आयुष्यातील सर्वोत्तम अवस्था आहे. पण तो मुलगा मात्र आजूबाजूच्या प्रौढ मंडळींकडे पाहत असा विचार करतो की, 'ही मोठी

मंडळी किती नशीबवान आहेत! यांना गृहपाठ करावा लागत नाही की परीक्षा द्यावी लागत नाही.' तो स्वतःला मोठ्या माणसांच्या जागी ठेवून पाहतो. कधी एकदा आयुष्यातील शाळा संपते आणि मी आनंदी होतो, असं होतं त्याला! मी महाविद्यालयात गेलो की आनंदी होईन, असं त्याला वाटतं. तो महाविद्यालयात जातो आणि त्याचे विचार बदलतात. जेव्हा तो नोकरीला लागेल, लग्न करून संसाराला लागेल तेव्हाच तो सुखी होईल, असं त्याला वाटू लागतं. संसार सुरू झाला की त्याला वाटतं, त्याची मुलं स्थिरस्थावर झाल्यावरच तो आनंदी होईल. अशीच काही वर्षं जातात. त्याची मुलंही स्थिरस्थावर होतात. आता त्याचा विचार काय असतो? आता तो म्हणतो 'मी नोकरीतून निवृत्त झाल्यावर आनंदी होईन.' म्हणजे तो आनंदी होणार तरी कधी? दरवेळी तो आपला आनंद आयुष्याच्या पुढच्या टप्प्यांवर ढकलत राहिला आणि प्रत्येक टप्प्यावर एक रिकामी जागा न भरता तशीच राहिली. या दुष्टचक्रात अडकलेले आपण म्हणत राहतो : 'अमुक अमुक झालं, की मी आनंदी होईन.'

***सुरेश ओबेरॉय : किती विषण्ण करणारं आहे हे!***

***शिवानीदीदी :*** खरंय आणि यामुळेच आपण आनंदी नसतो.

***सुरेश ओबेरॉय : अनेक श्रीमंत व्यक्तींकडे त्यांच्या मालकीची हेलीकॉप्टर्स, खाजगी विमानं, स्वतःच्या बोटी असं सगळं काही असतं. तरीही ही मंडळी या देवस्थानाकडून त्या देवस्थानाकडे, या गुरूकडून त्या गुरूकडे भरकटत असतात. काय शोधायचं असतं त्यांना या भटकंतीतून? त्यांच्या या भटकंतीला पूर्णविराम कसा द्यायचा?***

***शिवानीदीदी :*** सर्वप्रथम दोन गोष्टी समजून घ्यायला हव्यात. एक – आनंद ही स्वतंत्र गोष्ट आहे. दोन – आनंद ही माझी स्वतःची आंतरिक निर्मिती आहे; त्यामुळे मी कधीही आनंद निर्माण करू शकते. मी कार खरेदी करते आणि मग म्हणते मी आनंदी आहे. कार ही एक निर्जीव वस्तू असून तिला संवेदना किंवा भावना नाहीत. म्हणजेच ही कार मला आनंद देत नाही. मग वस्तुस्थिती काय आहे? मी असा विचार करते, 'अरे वा! मी कार खरेदी केली, मला जे हवं होतं, ते मी विकत घेतलं!'

हेच घडतं नवा दागिना मिळालेल्या स्त्रीच्या बाबतीत. तो दागिना तिला आनंद देतो का? की 'या दागिन्याची मी मालकीण आहे', असा तिनं केलेला आनंददायी आणि सकारात्मक विचार तिला आनंद देतो?

***सुरेश ओबेरॉय : पण दागिने वजा केले तर हा सकारात्मक विचार निर्माण होईलच कसा?***

***शिवानीदीदी :*** होय! कारण मनात आनंददायी भावना निर्माण होण्यासाठी आपल्याला कोणत्या ना कोणत्या कारणाची गरज असते. आता हे कारण म्हणजे कोणतीही वस्तू असू शकते. तो दागिन्यांचा सेट असू शकतो किंवा अन्य काहीही.

म्हणजेच, जेव्हा मला ती वस्तू प्राप्त होते, तेव्हा माझा स्वाभाविक प्रतिसाद असतो, 'मला किती सुंदर दागिने मिळाले!' आता हा विचार कोणी निर्माण केला?

***सुरेश ओबेरॉय : हा थोडा फसवा प्रश्न आहे. मी विचार निर्माण करतो, की बाह्यवस्तूंमुळे विचार निर्माण होतात?***

***शिवानीदीदी :*** दागिन्याला कोणत्याही भावभावना नसतात, विचार नसतात. मी त्या दागिन्याकडे पाहते आणि मला विचार स्फुरतो – 'मी किती सुंदर दागिना खरेदी केला!' आणखी दहा मिनिटांनी जर खोलीत येऊन मला कोणी म्हटलं, की हा दागिना तुला बिलकुल शोभत नाही किंवा तो नकली आहे, तर काय? आत्ताचा प्रतिसाद कोण निर्माण करतंय? प्रतिसाद निर्माण करण्याची क्षमता जर त्या वस्तुत असेल, तर परिस्थितीत झालेला बदल लक्षात न घेता तिने पुढेही तसाच प्रतिसाद निर्माण करायला हवा. समजा, याही पुढे जाऊन मी तो दागिना आणखी दहा लोकांना दाखवला, तर ते सगळे एकसारखाच विचार करतील का? कोणाला तो दागिना इतका भडक वाटेल की तो अंगावर घालायलाही त्या व्यक्तीचं मन धजणार नाही. कोणाला तो अजिबात आवडणार नाही. कोणी म्हणेल, 'माफ करा; मला दागिन्यांची मुळीच आवड नाही!' कोणी म्हणेल, 'मला अगदी हवाहवासा वाटतोय हा दागिना, पण माझं दुर्दैव! तो मला परवडणारा नाही'... दागिना तर तोच आहे, पण त्याविषयीच्या प्रतिक्रिया मात्र अनेक प्रकारच्या आहेत.

***सुरेश ओबेरॉय : म्हणजे दागिन्यांवरील माझी प्रतिक्रिया ही सर्वस्वी माझी निवड आहे.***

***शिवानीदीदी :*** होय!

***सुरेश ओबेरॉय : मी प्रतिसाद देतो म्हणजे मी निर्मिती करतो. मी एकतर आनंदाची किंवा दुःखाची निर्मिती करतो.***

***शिवानीदीदी :*** त्याच दागिन्यांवरून आपण संतोषाचे, मत्सराचे अथवा दुखावले गेल्याचेही विचार करू शकलो असतो. बाह्यवस्तू तर तीच आहे. जर त्या वस्तूनं विचारांची निर्मिती केली असं म्हटलं, तर तिनं सर्वांमध्ये सारखाच विचार नसता का निर्माण केला?

जर ती वस्तू, मग ती एखादी कार असो, दागिना असो वा एखादा बगीचा, ती जर विचार निर्माण करत असेल, तर तिनं प्रत्येक व्यक्तीमध्ये सारखाच विचार निर्माण करायला हवा. आता एखाद्या हिरवळीकडे किंवा निसर्गरम्य ठिकाणाकडे बघा. तुम्हाला वाटेल की, निसर्गाच्या सान्निध्यात असणं किती आल्हाददायक आहे! पण दुसरी एखादी व्यक्ती चालता चालता हिरवळीचं अस्तित्व लक्षातही न घेता तशीच पुढे जाईल.

एकाच प्रेरणेसाठी मिळालेले हे वेगवेगळे प्रतिसाद. पण नेमका कोणता प्रतिसाद द्यायचा, ही निवड संपूर्णतः निर्मात्याची म्हणजेच माझी असते.

***सुरेश ओबेरॉय : मीच निर्माता आहे. आनंद आणि दुःख मीच निर्माण करतो. शिवानीदीदी, यातून माझ्या अनेक शंकांची आणि प्रश्नांची उत्तरं मिळाली आहेत. पण समजा हवी असलेली वस्तू मिळालीच नाही तर एखाद्यानं काय करावं?***

***शिवानीदीदी :*** त्यानं हे समजून घ्यावं की, मीच विचारांची निर्मिती करतो. आपणच निर्माते आहोत याबाबत आपण अनभिज्ञ असतो. बाह्य कारणांमुळे आपल्यापर्यंत विचार येतात, असं आपण मानतो. समजा, तुम्ही एक विधान केलंत, जे मला काहीसं उद्धटपणाचं वाटलं आणि त्यामुळे मी दुखावले. पण दुखावले गेल्याची भावना मीच निर्माण करत आहे हा विचारही माझ्या मनाला शिवत नाही. अगदी सोयीस्करपणे मी म्हणते की तुम्ही मला दुखावलंत. कारण हे सगळं बाहेरून माझ्याकडे येत आहे, असं मला वाटतं. नंतर मी म्हणते, मला

बरं वाटावं म्हणून तुम्ही माझ्याशी चांगलं बोलणं गरजेचं आहे. तुम्ही माझी माफी मागावी हे उत्तम. कारण तुम्ही तसं केलंत, तर मला अधिक बरं वाटेल. यालाच म्हणतात, 'परावलंबन'.

***सुरेश ओबेरॉय : मग मी असंही म्हणू शकतो की, माझ्या बोलण्याचा उद्देश तसा नव्हता.***

***शिवानीदीदी :*** 'पण मी म्हणेन, तुम्हीच मला दुखावलंत.' आपण हा संवाद असाच पुढे सुरू ठेवू शकतो. तुमच्यामुळे मी दुखावले गेले... तुमच्यामुळे मला राग आला... तुमच्यामुळे मी उद्विग्न झाले... तुमच्यामुळे मला मत्सर वाटला... तुमच्यामुळे मी आनंदी झाले.

***सुरेश ओबेरॉय : जे काही घडतंय त्याला इतर लोक जबाबदार आहेत, असं मानणं म्हणजे स्वत:ची जबाबदारी झटकणं. होय ना?***

***शिवानीदीदी :*** हो! आपण स्वतःची जबाबदारी नाकारत आहोत आणि आत्मनियंत्रणाची शक्ती विसरत आहोत. जर आपण नेहमी बाह्य गोष्टींवर अवलंबून राहत असू, तर किती अगतिक आहोत आपण!

***सुरेश ओबेरॉय : ही दुर्बलता नव्हे का?***

***शिवानीदीदी :*** पण आपण याच मार्गानं आजवर जगत आलोय, नाही का? ज्या क्षणी आपल्याला कळेल, की हा सारा भ्रम आहे, इतर कोणीही आपल्यावर नियंत्रण ठेवत नाही, आपण कोणावरही अवलंबून नाही, त्या क्षणी काय निर्माण करायचं, हा पर्याय आपण निवडू शकू. यालाच म्हणतात, 'स्वातंत्र्य.' अध्यात्म आपल्याला सर्वप्रथम देतं ते स्वातंत्र्य. ते आपल्याला मुक्त करतं. आपण सर्व प्रकारच्या अवलंबित्वांपासून मुक्त होतो. आपण अनेक गोष्टींवर अवलंबून असतो. काही इच्छा पूर्ण झाल्या तरच मी आनंदी होईन, असा आपला भ्रम असतो. अध्यात्म आपल्याला या सर्व इच्छांमधून आणि त्यांमुळे येणाऱ्या आसक्तिंमधून मुक्त करतं.

***सुरेश ओबेरॉय : मला जे हवंय, ते न मिळताही मी आनंदी कसा होऊ शकेन? हे समजायला फारच कठीण आहे.***

***शिवानीदीदी :*** आपण वस्तूंबद्दल बोललो. पण आपल्या ध्येयांबाबत काय? 'मला हे साध्य करायचं आहे, पण अजून मी तिथवर पोचलेलो नाही. मग मी आनंदी कसा होऊ शकतो?' लहानपणापासून आपण याच विश्वासाने वाढलो, की जी माणसं त्यांचं ध्येय गाठतात, तीच आनंदी होतात. आपण लहान होतो, तेव्हा हेच शिकवलं जायचं आपल्याला.

***सुरेश ओबेरॉय : पण हे मला नेहमीच स्वाभाविक वाटतं. सलग तीन वेळा प्रयत्न करूनही नोकरी मिळवण्यात अपयश आलं, तर मी निराश होणारच ना? अगदी स्वाभाविक आहे हे! मीही असाच विचार करत होतो.***

***शिवानीदीदी :*** या ठिकाणी नोकरी मिळण्यावर माझा आनंद अवलंबून आहे. हे त्यामुळे नोकरी न मिळाल्यानं आलेली निराशाही सहज आणि सर्वसामान्य वाटते मला. ताण येणं, चिंता वाटणं या बाबी अगदी नैसर्गिक आहेत. भीती वाटणं, उदास वाटणं हेही सर्वसामान्य आहे. पण तितक्याच सहजतेनं आपण आनंदी होत नाही. समस्या येतील, आव्हानं असतीलच, पण त्यामुळं निराश व्हायचं की त्यांना सामोरं जायचं हे निवडणं आपल्या हातात असतं.

कारण इतर सर्व गोष्टी या बाह्य आहेत.

***सुरेश ओबेरॉय : पण या बाह्य गोष्टी माझ्या आंतरिक त्रासासाठी कारणीभूत आहेत ना?***

***शिवानीदीदी :*** नाही! हे सरसकट खरं नाही. कारण ही प्रत्येकाची निवड आहे. प्रत्येकाला त्यामुळे अशाप्रकारे त्रास होतो का? अपयशामुळे एखाद्याला नैराश्य येईल, कुणीतरी दुसरा आत्महत्या करेल आणि तिसरा एखादा मात्र, 'ठीक आहे, पुन्हा प्रयत्न करतो' असं म्हणेल आणि पुढच्या वेळेस यशस्वी होईल. थोडक्यात अपयश एकच, पण त्यावरच्या प्रतिक्रिया मात्र वेगवेगळ्या आहेत.

माझे विचार आणि भावना माझ्या हातात असतात. हे एकमेव तंत्र आपल्या जगण्याच्या पद्धतीला अमूलाग्र बदलवून टाकतं.

***सुरेश ओबेरॉय : पण हे फारच झटपट नाही का? घडणारी घटना आणि त्यावरील आपली प्रतिक्रिया यांच्या दरम्यान खूपच कमी अवधी असतो. 'बघ, हा विचार आहे आणि ही घटना अंतर्गत नसून बाहेरची आहे,' असं स्वत:ला समजावून सांगायला फारसा वेळच मिळत नाही. अशा वेळी माझ्या प्रतिक्रियेवर नियंत्रण ठेवायला माझ्याकडे वेळच कुठे असतो?***

***शिवानीदीदी :*** म्हणूनच आपण आपलं आयुष्य साचेबद्ध रीतीनं जगतोय. अगदी यंत्रवत झालंय आपलं आयुष्य! मग माणसात आणि यंत्रात फरकच तो काय उरला?

यंत्राला कोणताच पर्याय नसतो. आपण आपल्या मर्जीनुसार एखादं यंत्र सुरू करतो, बंद करतो. पुन्हा सुरू-बंद करतो. यंत्राचा वापर करणाऱ्यावर ते यंत्र अवलंबून असतं. तुम्ही कळ दाबता आणि यंत्र सुरू होतं, पुन्हा कळ दाबताच ते बंद होतं. पण मनुष्याकडे मात्र पर्याय असतो. कोणीतरी येतं आणि मला काही वाईट बोलतं. आता तो मनुष्य जणू एखादी कळ दाबतो. मग मी जर यंत्रवत् असेन, तर मला राग येईल.

***सुरेश ओबेरॉय : पण संत आणि आणखी काही अपवाद वगळले, तर बाकी सर्व लोक असेच साचेबद्ध पद्धतीने यंत्रवत् जगतात.***

***शिवानीदीदी :*** हे संतांबाबत नाही. आपण माणूस आहोत, याची जाणीव असण्याबाबत आहे. लोक कळ दाबण्याचं काम करतात, पण आपल्याकडे प्रतिक्रिया कशी द्यावी, हा पर्याय असतो.

***सुरेश ओबेरॉय : तुम्ही दररोज जी ध्यानसाधना करता, त्याविषयी काही सांगाल का? कदाचित या ध्यानसाधनेमुळेच, बाह्यघटना आणि त्यावरील आंतरिक प्रतिक्रिया यांतील भेद तुम्ही जाणू शकता. तुम्ही करत असलेली ध्यानसाधना आम्ही कशी करावी? सर्वसाधारण लोकांचा असा ग्रह असतो की, ध्यान करणं म्हणजे एखाद्या कोपऱ्यात निर्विचार अवस्थेत बसणं. पण विचार न करता एक क्षणभरही बसणं आम्हाला शक्यच नाही. तेव्हा ही गोष्ट जरा सोपी करून आम्हाला सांगाल का?***

***शिवानीदीदी :*** तुम्हाला मी एक अगदी साधी गोष्ट सांगते : ध्यान म्हणजे तुमची विचारप्रक्रिया थांबवणं नव्हे. किंबहुना ध्यान म्हणजे मी काय विचार करत आहे, याबाबत सजग राहणं आणि मी यापुढे कोणता विचार करणार आहे, याची निवड करणं.

***सुरेश ओबेरॉय : मी आता काय विचार करतोय, याबाबत सजग राहायचं?***

***शिवानीदीदी :*** होय. मी काय बोलत आहे, याबाबत आपण सजग आहोत, त्याचप्रमाणे मी काय विचार करत आहे, याबद्दलही जागरूक असलं पाहिजे.

***सुरेश ओबेरॉय : पण मी बऱ्याचदा सजग नसतो.***

***शिवानीदीदी :*** नाही. तुम्ही नेहमीच यांत्रिक पद्धतीनं वागत नाही. काय बोलावं, हे तुम्ही आधी ठरवता. कधी बसावं, कधी उठावं, कधी चालावं, कधी झोपावं या कृतीदेखील तुम्ही आधीच ठरवत असता. आपल्या कृती, आपले शब्द आपण आधीच निश्चित करत असतो. अर्थात, कधीकधी विचार इतक्या वेगाने येतात, की माझ्याकडून शब्दही यांत्रिकपणे उच्चारले जात आहेत, असंच आपल्याला वाटतं. त्यामुळे नंतर आपण म्हणतो, 'मला तसं म्हणायचं नव्हतं.' म्हणूनच यापुढचं पाऊल असेल 'मी काय विचार करत आहे' याबाबत सजग राहणं, आपल्या विचारांची निवड करणं आणि त्यायोगे कृतींचीही! दररोज सकाळी आणि दिवसभरात कधीही करू शकू, असा एक सहज आणि सोपा अभ्यास सुरू करा – केवळ आपल्या विचारांवर लक्ष ठेवा!

• • •

विश्रांत स्थितीत पुढील विचारांवर चिंतन करा :

*मी या क्षणी काय विचार करतोय : तो कामासंबंधी, कुटुंबाविषयी, मित्रांबाबत किंवा स्वतःबद्दल असू शकतो. मला माझ्या विचारांचं अवलोकन करू देत... दिवसभर स्वतःचं निरीक्षण करू दे : गाडीने कामावर जाताना, ऑफिसमध्ये कामाच्या टेबलापाशी पोचताना, इतरांशी संवाद साधताना... मी सारं काही करतोय. पण नेमकं काय करायचं आणि काय नाही, याची निवड सर्वस्वी मीच*

*करतोय. बाह्यजगात या सर्व क्रिया करताना मला कसं वाटलं पाहिजे, हे मी ठरवू शकतो... परिस्थिती, ध्येय, इतर लोक – हे सर्व बाह्यघटक आहेत... मला माझ्याकडे पाहू दे : मी कसा विचार करतो, मला कसं वाटतं आणि त्यानंतर मी कसा प्रतिसाद देतो... ही पूर्णपणे माझीच निवड आहे... होय! माझ्या प्रतिसादाचा मीच निर्माता आहे.*

## आनंदाचा पासवर्ड

- आनंद हा बाह्य गोष्टींवर कधीच अवलंबून नसतो.
- वस्तू, मालमत्ता, सुखसुविधेची साधनं या गोष्टी आपल्याला केवळ आराम देण्याच्या दृष्टीने निर्माण करण्यात आल्या आहेत.
- भौतिक सुख हे भावनिक सुखाहून पूर्णतः भिन्न असतं.
- आनंद ही आपली अंतर्गत निर्मिती असून तो बाह्यवस्तूंवर कधीच अवलंबून नसतो.
- आपण बाह्यघटकांचा वापर प्रेरणा म्हणून करतो, पण कोणता प्रतिसाद द्यावा; ही आपली निवड असते. एकाच प्रेरणेचा वापर करून वेगवेगळे लोक वेगवेगळे प्रतिसाद निर्माण करतात.
- समस्या येतीलच, आव्हानं उभी ठाकतीलच. पण त्यांना सामोरं जायचं की निराश व्हायचं, ही सर्वथा आपलीच निवड असते.

# नव्या विचारांनी करू 'आनंदयात्रा'

***सुरेश ओबेरॉय :*** *आपण आनंदासाठी कितीतरी बाह्यगोष्टींवर अवलंबून असतो. शिवानीदीदी, तुम्ही म्हणालात, की आपल्यातला 'मी' आनंद निर्माण करतो, 'मी' दुःख निर्माण करतो. अंतिमतः केवळ 'मी' जबाबदार असतो. तथापि, आयुष्यात काहीही प्राप्त न करताही आनंदी होणं फारच अवघड आहे.*

***शिवानीदीदी :*** इथे दोन प्रकार आहेत. एक, मी हे साध्य केलं तर मी आनंदी होणार आणि दुसरं म्हणजे, काही साध्य करत असतानादेखील मी आनंदी होणार. समजा, आपण 'क्ष'पासून 'य'पर्यंत प्रवास करत आहोत. रस्त्याने, रेल्वेने किंवा विमानाने आपल्याला 'य'पर्यंत पोचायचं आहे. प्रवास सुरू होताना निरोप द्यायला आलेली मंडळी आपल्याला 'सुखरूप जा' असं म्हणत प्रवासासाठी शुभेच्छा देतात. 'कसंही करून मुक्काम गाठा' असं कोणी म्हणत नाही. कारण केवळ इच्छित स्थळी पोचण्याला काही अर्थ नाही, तर प्रवास किती उत्कृष्टपणे झाला हे महत्त्वाचं!

***सुरेश ओबेरॉय :*** *पण बहुसंख्य लोकांना वाटतं की, कसंही करून ध्येय गाठायलाच हवं.*

***शिवानीदीदी :*** ठीक आहे. आपण याकडे एका वेगळ्या दृष्टीकोनातून पाहू या. मी माझ्यासाठी एक ध्येय ठरवलं आहे. आता विद्यार्थी या नात्यानं ते उत्तम गुण मिळवणं असेल किंवा नोकरदार वर्गासाठी ते पदोन्नतीचं असेल किंवा कोणासाठी ते नातेसंबंधांबाबतही असेल. काहीही असलं तरी ध्येयाशिवाय आपण आयुष्याला दिशा देऊ शकत नाही. ध्येयाविना आपलं आयुष्य अगदीच निष्क्रिय बनेल. नक्की कुठं जायचंय, हे आपल्याला मुळीच समजू शकणार नाही. म्हणून माणूस स्वत:ला की अमुक ध्येय पूर्ण झालं तरच मी आनंदी होईन. ही ध्येयप्राप्ती करण्यासाठी मला सहा महिनेही लागू शकतील किंवा सहा वर्षंही! मग हळूहळू माझा ध्येयाच्या दिशेनं प्रवास सुरू होईल. उदाहरणार्थ, संस्थेत विशिष्ट पदावर येत्या दोन वर्षांत पोचायचं ध्येय असेल, तर त्या दिशेनं माझा प्रवास सुरू होईल. हा प्रवास म्हणजे माझं काम, माझ्या सहकाऱ्यांशी असलेले माझे संबंध आणि माझ्या कामाची पद्धत. काम करत असताना माझ्या मनात एक विश्वास असतो की ध्येयाप्रत पोचल्यावर मी नक्की आनंदी होणार आहे. पण अशावेळी जर माझ्या कार्यपद्धतीत काही उणिवा राहत असतील, माझ्या आजूबाजूला असलेले लोक मला सहकार्य करत नसतील, माझ्या मार्गात काही अडथळे येत असतील, तर माझी अवस्था कशी होईल बरं?

***सुरेश ओबेरॉय : मी मुळीच आनंदी होणार नाही.***

***शिवानीदीदी :*** आता माझ्या मनात ताण आणि चिंता निर्माण होईल. का? तर माझ्या आनंदप्राप्तीच्या मार्गात काही माणसं अडथळे आणत आहेत. आता मी त्यांच्याकडे माझ्या ध्येयप्राप्तीच्याच नव्हे तर माझ्या आनंदप्राप्तीमधील अडसर म्हणून बघेन. समजा, मी 'क्ष' या ठिकाणाहून 'य' या ठिकाणी चालत आहे. कारण माझं मन मला सांगतं, य ठिकाणी पोचल्यावरच आनंद प्राप्त होईल. आता मी 'य'च्या दिशेनं चालू लागते आणि मार्गात तुम्ही येता. तुम्ही केवळ माझ्या मार्गात उभे आहात म्हणून मी तुमच्याकडे आनंदप्राप्तीच्या मार्गातील एक अडसर म्हणून पाहते. तुम्हाला मार्गातून हटवण्यासाठी मी काहीही करते. तुम्ही कनिष्ठ पदावर असाल, तर मी तुमच्यावर ओरडते, जलद गतीने काम करण्याचं फर्मान सोडते. जर तुम्ही सहकारी असाल, तर तुम्ही माझ्या ध्येयप्राप्तीच्या आड येणारा धोका आहात, असं मी मानू लागते. माझ्या मार्गातून तुम्हाला हटवण्यासाठी मी तुमच्याविरुद्ध कोणतंही

कारस्थान करू शकते. प्रसंगी मी माझ्या तत्त्वांशीही तडजोड करते. समजा, माझ्या प्रवासादरम्यान तुम्ही मला सांगितलं, की तू प्रामाणिक असशील तर अमुक कृती करण्यापूर्वी आठवडाभर थांबायला हवंस. पण मी या सल्ल्याकडे दुर्लक्ष करून खोटं बोलून तिथून निघून जाते. आता आपल्यापैकी बरेचजण वेगळी पद्धत वापरताना दुसऱ्यांदा विचारही करत नाहीत. अखेरीस माझ्या प्रवासादरम्यान खोटं बोलून मी माझी मूल्यं आणि तत्त्वं यांच्याशी तडजोड केली. कारण मला असं वाटू लागतं की, माझी मूल्यं आणि तत्त्वं माझा आनंदप्राप्तीचा क्षण लांबवत आहेत.

***सुरेश ओबेरॉय : पण जर तुम्हाला आनंद मिळण्यासाठी खोटं बोलावं लागलं तर त्यात काय एवढं?***

***शिवानीदीदी :*** थांबा. या क्षणी अजूनही आपला प्रवास सुरू आहे, इच्छित स्थानी आपण अजून पोचलेलो नाही. पण खोटं बोलून प्रवासादरम्यान मी तणावाची आणि क्रोधाची निर्मिती करते. म्हणजेच माझ्या प्रवासादरम्यान मी नकारात्मक भावना निर्माण करते. जर सतत सहा महिने मी ताण आणि चिंता निर्माण करत राहिले, तर माझ्या नातेसंबंधांमध्ये ही तणाव निर्माण होईल. शिवाय, कामाच्या ठिकाणी माझे सहकाऱ्यांशी खटके उडतील. त्यामुळे माझ्या अंतर्मनात खळबळ माजेल आणि या साऱ्याचा परिणाम अखेरीस माझं आरोग्य बिघडण्यात होईल. समजा, हे सर्व होऊनसुद्धा मी सहा महिन्यांत जेव्हा पूर्वनिश्चित ध्येयाप्रत पोचेन, तेव्हा मला कसं वाटेल?

***सुरेश ओबेरॉय : का बरं? कसंही का असेना; पण ध्येय पूर्ण झाल्यामुळे तुम्ही आनंदी व्हालच ना?***

***शिवानीदीदी :*** या प्रवासात मी सर्व नकारात्मक भावना निर्माण केल्या... मी त्या अनुभवल्या आणि माझ्या आजूबाजूच्या लोकांपर्यंतही पोचवल्या. त्यामुळे मी पडत, ठेचकाळत तिथं पोचले. तिथे पोचताना माझी स्थिती अत्यंत वेदनामय झाली. मग मी कसंही का असेना, पण माझं ध्येय गाठल्यानं आनंदी झाले, असं म्हणता येईल का? माझा आनंद ध्येयप्राप्तीवर अवलंबून आहे, असंच मला वाटतं ना?

***सुरेश ओबेरॉय : हो... या विचारामुळेच आणखी काही साध्य करावं, असं मनुष्याला वाटतं. 'मला अमुक मिळवायचंय, मला तमुक गोष्ट प्राप्त करायची आहे' हाच विचार त्याच्या मनावर स्वार होतो. मग त्या जाळ्यात माणूस इतका अडकतो की, त्याला घरी पोचण्यासाठी दररोज उशीर होऊ लागतो. रात्री उशिरा पोचल्यावर तो कुटुंबियांना म्हणतो, 'सॉरी! आजकाल मला घरी यायला खूपच उशीर होतोय. यामुळे तुम्हाला खूप त्रास होतोय, याची मला कल्पना आहे. पण माझं ध्येय गाठण्यासाठी मला हे करायलाच हवं!'***

***शिवानीदीदी :*** अगदी बरोबर! समजा, तुम्ही सहा महिन्यांसाठीचं एखादं मोठं उद्दिष्ट ठरवलंत, तर पुढील संपूर्ण सहा महिने तुम्ही स्वतःला दुखावता. इतकंच काय तर, तुमच्या भावनासुद्धा बोथट होऊ लागतात.

***सुरेश ओबेरॉय : म्हणजेच आपण केवळ आपला आनंदच पुढे ढकलतो, असं नाही; तर त्याबरोबरच दुःखही निर्माण करतो. तेदेखील कित्येक पटींनी!***

***शिवानीदीदी :*** अगदी बरोबर बोलतात! पहिल्या सहा महिन्यांच्या 'अ' जागेपर्यंत पोचण्याच्या काळात, माझ्यातील नकारात्मक भावनांमुळे मी मानसिक स्तरावर जखमी होते, लोकांना दुखावते, माझ्या रागाचा भडका उडतो. मग 'अ' ठिकाणी पोचेपर्यंत माझी भावनिक ताकद अगदी क्षीण होते. आता 'अ' ते 'ब' या पुढील प्रवासासाठी माझ्याकडे ताकदच उरत नाही. त्यात नंतरही वातावरण, लोक, परिस्थिती सर्व काही तेच असतं. पण भावनिक ताकद क्षीण झाल्यानं मी स्वतःला आणखी जखमी करून घेते.

***सुरेश ओबेरॉय : 'भावनिक ताकद' म्हणजे नेमकं काय?***

***शिवानीदीदी :*** प्रसंगांना सामोरं जाण्याची माझी क्षमता म्हणजे भावनिक ताकद. पण हीच ताकद क्षीण झाल्यानं मी सहज दुखावली जाते, लहानसहान गोष्टींवरून वैतागते.

***सुरेश ओबेरॉय : तुम्हाला असं वाटत नाही का, की या सर्व गोष्टींमुळेही आपलं शरीर कमकुवत होतं?***

***शिवानीदीदी :*** याचा शरीरावर नक्कीच परिणाम होतो. पण तरुणपणी हा आघात जाणवत नाही. कारण तेव्हा सर्व ठीक आहे, नैसर्गिक आहे, जगण्याची हीच पद्धत आहे, असं वाटतं. उतारवयात मात्र या जीवनपद्धतीमुळे उच्च रक्तदाब, मधुमेह अशा आजारांची लक्षणं दिसू लागतात. तोपर्यंत 'तणाव' जीवनातला एक अनिवार्य घटक आहे, अशी आपण स्वतःची धारणा करून घेतलेली असते. त्यामुळे ही लक्षणंही अनिवार्य आहेत, असं समजून तीदेखील आपण स्वीकारतो.

***सुरेश ओबेरॉय : पण मला अजूनही हे समजत नाही की, एखादा माणूस ध्येयप्राप्तीशिवाय आनंदी कसा राहू शकतो? कारण काही प्राप्त झालं नाही, तर तो घरी येताना अनेक समस्यांसोबत त्याचं अपयशही घेऊन येणार...***

***शिवानीदीदी :*** समजा, मी नोकरी मिळवण्याच्या खटपटीत आहे. गेले सहा महिने त्यासाठी माझा प्रयत्न सुरू आहे. मला नोकरी मिळत नाही, म्हणून मी अगदी निरुत्साही आणि उदास होऊन गेले आहे. तुम्ही माझे जवळचे मित्र आहात. अशा वेळी तुम्ही मला काय सल्ला द्याल?

***सुरेश ओबेरॉय : नका काळजी करू. होतं असं कधी कधी, एक ना एक दिवस तुम्हाला नक्की नोकरी मिळेल. तोवर माझ्याकडून काही मदत हवी असेल तर सांगा, असं मी म्हणेन.***

***शिवानीदीदी :*** पण सहा महिने झाले मी बेरोजगार आहे. मग काळजी तर वाटणारच ना मला? आता माझ्या या बोलण्यावर तुम्ही काय म्हणाल?

***सुरेश ओबेरॉय : नुसती काळजी करून तुम्हाला नोकरी मिळणार आहे का?***

***शिवानीदीदी :*** हेच वाक्य आपण स्वतःला सांगायचं असतं! नुसती काळजी करून काही साध्य होणार आहे का?

***सुरेश ओबेरॉय : हे म्हणायला सोपं आहे, पण...***

***शिवानीदीदी :*** पण केवळ हाच एक उपाय आहे! मी जेवढी काळजी करेन, माझं मन तेवढं जास्त दुर्बल होईल आणि माझ्या देहबोलीवरही त्याचा

लागेल. माझा सगळा उत्साह ओसरून जाईल. 'मला काम कसं मिळणार?' अशा निराशावादी विचारांनीच मी घेरली जाईन. जर मला नोकरी मिळवायची आहे, तर माझ्याकडे आत्मविश्वास हवा, उत्साह हवा. नवीन कामाच्या अनुषंगाने माझ्यासमोर उभ्या ठाकणाऱ्या नव्या आव्हानांना सामोरं जाण्यासाठी मी तेवढं सक्षम असलं पाहिजे. जे घडून गेलं, ते केव्हाच मागं पडलं. मी वर्तमान स्थितीत काय करणार आहे, ते करताना माझी मनःस्थिती कशी हवी, ही बाब माझ्यासाठी आता सर्वाधिक महत्त्वाची आहे. मी केवळ याच गोष्टीविषयी आता दक्ष असलं पाहिजे. अन्यथा या नकारात्मक विचारांच्या दुष्टचक्रात मी अडकून पडेन. तसंही नकारात्मक विचारांत अडकलेल्या निराश आणि हताश माणसाला कोण बरं नोकरीवर ठेवेल? कोणाला असा उमेदवार हवा असेल? म्हणूनच मीच माझी काळजी घेत नसेन तर आव्हानात्मक परिस्थितीवर मी तोडगा कसा काढू शकेन? माझा व्यवसाय चालत नाही, म्हणून मला काळजी वाटणं साहजिक आहे. पण काळजी करून माझा व्यवसाय सावरला जाणार आहे का? मला जर बाह्यजगात चांगली कामगिरी करायची असेल तर मी आतूनही व्यवस्थित असणं गरजेचं आहे. सर्वांत महत्त्वाचं म्हणजे एवढ्यानंही माझं आयुष्य सावरणार नसेल, तर किमान मी माझी काळजी तरी घेऊ शकेन!

***सुरेश ओबेरॉय : माझे एक गुरु होते. त्यांनी मला एका व्यक्तीबद्दल सांगितलं होतं. वर्षानुवर्षे रेंगाळलेल्या एका न्यायालयीन खटल्यापायी त्या व्यक्तीचं आयुष्य अगदी संघर्षमय होऊन गेलं होतं. त्यातच त्यांची पत्नीही आजारी पडली. त्यामुळे ते आणखी चिंताग्रस्त झाले. शेवटी जवळपास पंधरा वर्षांनी त्यांच्या बाजूनं निकाल लागला. त्याच सुमारास त्यांच्या पत्नीच्या तब्येतीतदेखील सुधारणा झाली. पण पुढे मात्र ते गृहस्थ इतके आजारी पडले, की त्यांचं निधन झालं! ही करुण कहाणी मला माहीत असूनदेखील तुम्ही जे सांगता, त्याचं आकलन मला का बरं होत नाही?***

***शिवानीदीदी :*** हे आयुष्यातल्या प्राधान्यक्रमाबाबत आहे. आयुष्यात माझ्यावर कोणकोणत्या जबाबदाऱ्या असतात? साहजिकच माझं कुटुंब, माझी नोकरी, माझं काम, माझी मित्रमंडळी, माझे नातेवाईक, माझा समाज, माझा देश...

पण सर्वांत आधी आपण आपल्या कुटुंबाची जबाबदारी निभावतो आणि मग जगाकडे वळतो. समजा, आपलं पाच माणसांचं कुटुंब आहे आणि त्यातील चौघांना बरं नाही. आता त्यांची काळजी घेणं, त्यांच्या औषधपाण्याची व्यवस्था करणं ही माझी जबाबदारी ठरते. ती पार पाडण्यासाठी सर्वप्रथम मला माझी प्रकृती धडधाकट ठेवणं गरजेचं आहे. हे झालं देहाच्या आरोग्याबाबत. तेच भावनिक आरोग्याबाबत. मला माझ्या मुलांची, माझ्या जोडीदाराची, आईवडिलांची काळजी घ्यायची आहे, त्यांना आनंदात ठेवायचं आहे, पण मी मात्र दुःखात आहे...

***सुरेश ओबेरॉय : मुलांची शैक्षणिक प्रगती नीट होत नाही, या कारणामुळे अनेक पालकांना नैराश्य येतं. कारण मुलानं उत्तम जलतरणपटू, टेनिसपटू किंवा आणखी कोणी विशेष व्यक्ती बनावं, असं त्यांना वाटत असतं.***

***शिवानीदीदी :*** मग मुलांसाठी खटाटोप करण्याची तुम्हाला गरज पडते. कारण त्यांनी आनंदी व्हावं, असं तुम्हाला वाटतं. अखेरीस, माझ्याभोवती असलेल्या सर्वांनीच आनंदी असावं, अशी माझी भूमिका असते.

***सुरेश ओबेरॉय : आणि ते आनंदी तर मीही आनंदी...***

***शिवानीदीदी :*** 'मी सगळ्या गोष्टींची काळजी घेईन आणि मग ते आनंदी होतील. ते आनंदी होतील, तेव्हा मीही आनंदी होईन,' असा आपण विचार करतो. पण अध्यात्म शिकवतं, की जर मी आनंदी व इतरांची काळजी घेण्यास समर्थ असेन, तर इतर सर्व आनंदी होतील.

***सुरेश ओबेरॉय : म्हणजे, मी आनंदात असतो, तेव्हा माझ्या आनंदाची पखरण सभोवताली करत राहतो. आनंदानं भारलेला 'मी' जिथे जिथे जातो, तिथे तिथे इतरांनाही आनंदी करतो.***

***शिवानीदीदी :*** कारण तुम्ही त्यांना सामर्थ्यवान करता. आता आनंद कसा असतो, हे आपण पाहू या. आनंद हे आपलं आंतरिक सामर्थ्य आहे. केवळ भावनात्मक स्तरावर उत्तेजित होणं, हा त्याचा अर्थ नाही. उड्या मारणं किंवा नाचणं इतकाच त्याचा मर्यादित अर्थ नाही. तर माझी नोकरी गेली तरी माझ्या अंतर्यामी कोणतीही खळबळ माजणार नाही, एवढं सामर्थ्य असणं, हाच खरा आनंद!

***सुरेश ओबेरॉय : आनंद म्हणजे सामर्थ्य... मला हा मुद्दा नीटसा कळला नाही.***

***शिवानीदीदी :*** कोणत्याही क्षणी केवळ एकच विचार मनात असू शकतो. त्या विचाराला त्याचा दर्जा असतो. तो दर्जा एकतर योग्य असतो किंवा फारसा योग्य नसतो. आपण जर नकारात्मक विचार करत असू, अस्वस्थता, चिंता, तणाव अशा गोष्टींना बळी पडत असू, तर त्यावेळी आपली विचारधारा अत्यंत अयोग्य आहे. विचार करण्याची पद्धत जर चुकीची असेल, तर आपल्याला मुळीच चांगलं वाटणार नाही. मग आपलं मनोबलही कमी होईल. पण सकारात्मक विचार केल्यास, आपल्याला स्थिरतेचा आणि उत्तमतेचा अनुभव होईल.

***सुरेश ओबेरॉय : म्हणजे स्थिरता ही ताकद आहे.***

***शिवानीदीदी :*** जर तुम्ही स्थिर असाल, तरच तुम्हाला सामर्थ्य मिळतं. तुम्ही जसा परिस्थितीचा सामना करता, तसा तुमच्या सामर्थ्याला आकार मिळतो. जसं तुम्ही म्हणालात, 'माझ्या मुलाने चांगले गुण मिळवावेत, अशी माझी इच्छा आहे.' मुलाने चांगले गुण मिळवावेत, ही इच्छा असणं रास्त आहे. पण हे नेहमीच घडेल, असं नाही. जर तो माझ्या अपेक्षेनुसार गुण मिळवण्यात अपयशी ठरला, अथवा जेवढे गुण मिळवण्याची त्याची पात्रता आहे असं मला वाटत होतं, त्यापेक्षा त्याला कमी गुण मिळाले, तर माझ्या मनाची स्थिती काय होते? मी उद्विग्न होते. ही गोष्ट माझ्या किंवा माझ्या मुलाच्या हिताची आहे का? अर्थातच नाही. मग हा विचार मी का निर्माण करते? मुलाच्या गुणांनी माझ्या या विचारांची निर्मिती नक्कीच केलेली नाही. मला जे वाटतं, त्याची निर्माती मीच आहे.

***सुरेश ओबेरॉय : पण मला वाटलं असतं, की या गोष्टीमुळे उदास होणं, वाईट वाटणं ही एक स्वाभाविक आणि सामान्य प्रतिक्रिया आहे...***

***शिवानीदीदी :*** मी निराश होताच माझा मुलगाही निराश होणार. त्याला प्रेरणा मिळणार नाही आणि अशा प्रेरणाहीन वातावरणातही त्यानं प्रगती करावी, अशी माझी अपेक्षा असणार. मी माझ्या सभोवताली जी ऊर्जा प्रसारित करत आहे, ती मुळीच सकारात्मक नाही. त्यामुळे मी माझी जबाबदारी योग्य रीतीने पार पाडत नाही. माझ्या मुलाला कमी गुण मिळाले, तर पहिली जबाबदारी म्हणून

मी माझ्या मनावर ताबा ठेवला पाहिजे. मी त्याच्यावर मुळीच ओरडता कामा नये. त्यानंतर माझ्यावर जबाबदारी आहे त्याला सावरण्याची आणि अखेरीस यापुढे जबाबदारीने अभ्यास करून त्याने पुढच्या वेळी चांगले गुण मिळवावेत, हे त्याला काळजीपूर्वक समजावून सांगण्याची.

***सुरेश ओबेरॉय : एरवी आपण मुलाला नेमकं उलटं सांगत असतो. आपण त्याची ऊर्जा क्षीण करतो, त्याचा आत्मसन्मान कमी करतो आणि त्याच्यात न्यूनगंड रुजवतो. त्यामुळेच आजकाल मुलांच्या आत्महत्यांचं प्रमाण वाढलं असावं, असं मला वाटतंय.***

***शिवानीदीदी :*** अपयश हे काही त्या आत्महत्यांचं कारण नाही. एखादं मूल आत्महत्या करतं, यामागचं मोठं कारण म्हणजे अपयशी झाल्यावर पालकांना तोंड दाखवण्याची त्याला लाज वाटते. त्याला आपल्या पालकांचा दुःखी चेहरा पाहायचा नसतो. त्यांच्या दुःखासाठी तो स्वतःला जबाबदार धरतो. कारण मी यश मिळवलं तरच पालक आनंदी होतील, हा विचार पालकांनीच त्याच्या मनात रूजवलेला असतो. थोडक्यात, पालकच मुलांवर असा दबाव टाकत असतात.

***सुरेश ओबेरॉय : मी असा विचार करायचो की, माझ्या मुलानं त्याचं उद्दिष्ट गाठणं ही माझी जबाबदारी आहे. आता हे उद्दिष्ट खेळातलं असो, अभ्यासातलं असो किंवा अन्य कशातलंही? आता माझ्या लक्षात आलं, की मी नेमकं उलटं करत होतो.***

***शिवानीदीदी :*** प्रत्येक व्यक्तीचं आयुष्य चार पैलूंवर आधारलेलं असतं - शारीरिक, बौद्धिक, भावनिक आणि आध्यात्मिक. माझं शारीरिक आरोग्य, माझी बौद्धिक वाढ, माझ्या अस्तित्वाची जाणीव आणि माझी आध्यात्मिक प्रकृती या त्या बाबी आहेत. जर आपल्याला सर्वार्थाने यशस्वी व्हावंसं वाटत असेल, तर हे चारही पैलू संतुलित असणं गरजेचं आहे. माझ्या मुलाप्रति कोणकोणत्या जबाबदाऱ्या आहेत, याचा विचार करताना मला काही गोष्टी विचारात घ्याव्या लागतात. जसं- त्याची अभ्यासातील आणि अभ्यासेतर विषयांमधील प्रगती, त्याचं आरोग्य, त्याला सर्वोत्तम घर मिळणं, सर्वोत्तम आहार मिळणं, उत्कृष्ट शिक्षण मिळणं. अशा अनेक गोष्टींविषयी मी प्रयत्नशील

असते. सामाजिकदृष्ट्या तो निरोगी राहावा म्हणून त्याला चांगले मित्र असावेत, त्यानं उत्तमोत्तम छंदांमध्ये मन रमवावं, याबद्दल मी आग्रही असते. पण माझ्या मुलाच्या मनात कोणत्या भावना आहेत, हे मी कधीच विचारात घेत नाही आणि त्याची आपल्याला कधीच काळजी नसते. तो अभ्यासात हुशार असेल, त्याचं शरीरही सुदृढ असेल, पण सततचा दबाव, त्याची इतरांबरोबर केली जाणारी तुलना, पालकांचं सतत घालून पाडून बोलणं या सर्व गोष्टी त्याची भावनिक ताकद खच्ची करून टाकतात. अशा वेळी मी स्वतःला प्रश्न केला पाहिजे, 'मी माझी जबाबदारी खरंच योग्यप्रकारे निभावत आहे का?' उद्या मुलगा मोठा होईल, डॉक्टर होईल, मोठा वकील होईल, त्याचं आरोग्य चांगलं असेल, पण जर तो भावनिकदृष्ट्या कमकुवत असेल तर तो एक चांगला माणूस बनू शकेल का? आणि जर तो चांगला माणूस नसेल, एक पवित्र आणि समर्थ माणूस नसेल, तर तो खरोखरंच आनंदी होईल का?

***सुरेश ओबेरॉय : जर तो भावनिकदृष्ट्या पुरेसा सक्षम नसेल, तर काय होईल?***

***शिवानीदीदी :*** मी एक चांगली डॉक्टर आहे, याचा अर्थ मी माझ्या विषयात उत्तम आहे. पण जर मी भावनिकदृष्ट्या भक्कम नसेन, तर अगदी क्षुल्लक कारणानंही माझी चिडचिड होईल. माझ्या संतापाचा वारंवार उद्रेक होईल. माझ्या सहकाऱ्यांबद्दल मला थोडीही आपुलकी वाटणार नाही. माझ्या रुग्णांबद्दल मला सहानुभूती वाटणार नाही. माझी सहनशीलता कमी असल्यानं मला इतर लोकांशी सहजतेनं व्यवहार करता येणार नाही. असं असताना मी स्वतःला एक चांगली डॉक्टर म्हणवून घेऊ शकते का?

पालक आपल्याला रस्ता कसा ओलांडावा, लिहावं कसं, वाचावं कसं, बोलावं कसं हे शिकवतात. पण विचार कसा करावा हे मात्र आपल्याला कोणीही शिकवत नाही.

***सुरेश ओबेरॉय : पण असंच नेहमी घडतं शिवानीदीदी. आपल्याला केवळ बुद्ध्यंक ठाऊक असतो, भावनांक खूप उशीरा लक्षात येतो.***

***शिवानीदीदी :*** तुमचा बुद्ध्यंक महत्त्वाचा असतो, यात संशयच नाही. पण तुमची भावनिक बुद्धिमत्तादेखील तितकीच महत्वाची असते. जो माणूस

भावनिकदृष्ट्या समर्थ असतो त्याला त्याच्या आयुष्यातील संघर्ष आणि समस्या हाताळणं सहजपणे जमतं. त्यामुळे चांगल्या बुद्‌ध्यंकाच्या जोडीला भावनिकदृष्ट्या समर्थ असणंही गरजेचं आहे.

***सुरेश ओबेरॉय : माझ्या लहानपणीची एक गोष्ट मला आठवते. मुलांनी शिकावं म्हणून त्यांचे पालक त्यांना बदडून काढायचे. शाळेतसुद्धा मुलांना बदडलं जायचं. त्यावेळी जर एखाद्या मुलाला परीक्षेत कमी गुण मिळाले तर ते मूल घरी परीक्षेचे गुण दाखवायला अतिशय घाबरायचं.***

***शिवानीदीदी :*** खरं आहे. म्हणून आपण स्वतःला हा प्रश्न केला पाहिजे, की आपण आपली जबाबदारी यथार्थपणे पार पाडू शकतो का? मुलांनी अभ्यासात चांगली प्रगती दाखवली म्हणजे माझी जबाबदारी मी पार पाडली, हे एवढंच पुरेसं नाही. माझ्या मुलाला एक खंबीर माणूस बनवण्याची माझी जी दुसरी जबाबदारी आहे, तिचं काय? आयुष्यात अनेक आव्हानं येतच राहतील. आज तुमचा मुलगा सर्वोत्तम गुण मिळवून वर्गात पहिला आला. पण त्याचे हे गुण त्याच्या आयुष्यातील आगामी आव्हानांना तोंड देण्यास पुरे पडणार आहेत का?

***सुरेश ओबेरॉय : तो भावनिकदृष्ट्या कमकुवत राहिल्याने आयुष्यातील अनेक गोष्टींशी स्पर्धा करताना त्याची दमछाक होईल.***

***शिवानीदीदी :*** अगदी बरोबर! एखादं छोटंसं अपयशदेखील त्याला खचवून टाकेल. ज्यांच्याशी जुळवून घेणं त्याला कठीण वाटतं, अशाच लोकांबरोबर काम करण्याची त्याच्यावर वेळ आली तर? या पैलूवर आपण विचारच केलेला नसतो. हे असं का होतं? भावनिकदृष्ट्या भक्कम असण्याच्या प्राधान्यक्रमाकडे आपण काणाडोळा करतो. माझं आयुष्य असो की माझ्यावर ज्यांची जबाबदारी आहे त्यांचं आयुष्य असो, मी एकच विचार करत असते, बाह्य गोष्टींची काळजी घेतली की मी माझी जबाबदारी पार पाडली, बस्स!

***सुरेश ओबेरॉय : बऱ्याचशा पुरुषांची अशी भावना असते की, पैसा कमावणं हीच त्यांची जबाबदारी. कुटुंबासाठी भरपूर पैसा कमावला की त्यांच्या जबाबदारीतून ते मोकळे झाले.***

***शिवानीदीदी :*** नवऱ्याला वाटतं, की त्यानं कुटुंबाच्या सगळ्या गरजा भागवल्या, तर कुटुंबीय आनंदी होतील. असं असेल तर त्यानं गरजेच्या सर्व वस्तू आणून दिल्यावर त्याच्या घरातील लोकांनी आनंदीच व्हायला हवं. कारण आनंद बाहेरूनच येतो, असंच मानतो ना आपण?

***सुरेश ओबेरॉय : मुलांना चांगली खेळणी, चांगले कपडे, चांगला खाऊ वगैरे दिला म्हणजे आमचं कर्तव्य आम्ही केलं. आता एवढं करूनही त्यांनी अभ्यास केला नाही तर तो त्यांचा प्रश्न आहे. असं काही घडताच आपण सहजपणे थेट मुलांच्या चुकीच्या वागण्याला, शाळेला किंवा त्यांच्या मित्रांना दोष देऊ लागतो.***

***शिवानीदीदी :*** याचं कारण म्हणजे ती जबाबदारी घ्यायला तुम्ही तयारच नसता. पैसे कमावून मुलांना चांगल्या शाळेत घालणं, त्यांना चांगलंचुंगलं खायला घालणं, सर्वोत्तम घर उपलब्ध करून देणं, अशाप्रकारे जे सर्वोत्तम ते सारं काही देणं सोपं आहे. पण तुमच्या मुलाला भावनिकदृष्ट्या समर्थ बनवणं हेच तर खरं आव्हान आहे.

***सुरेश ओबेरॉय : मला सगळ्यांत महत्त्वाची गोष्ट समजली, ती म्हणजे आधी मी भावनिकदृष्ट्या भक्कम झालं पाहिजे. शिवानीदीदी, आपण यावर थोडं चिंतन करूया.***

***शिवानीदीदी :*** स्वतःला भावनिकदृष्ट्या सामर्थ्यवान बनवण्याची हीच वेळ आहे. आपल्या मुलांची काळजी घेताना हे आपण कायम लक्षात ठेवलं पाहिजे, की आपण शाळेत गेलो नसलो तरी मुलांना आपण सर्वोत्तम शाळेत पाठवतो, आपण उपाशीपोटी झोपत असलो तरी मुलांना पोटभर सकस अन्न मिळेल, याची काळजी घेतो... पण मुळात स्वतः आनंदी असल्याशिवाय आपल्या मुलांना आपण कधीही आनंदी करू शकणार नाही. तुम्ही स्वतः भावनिकदृष्ट्या भक्कम असल्याशिवाय तुमच्या मुलांना भावनिकदृष्ट्या भक्कम बनवू शकणार नाही... आणि तुमची जबाबदारी इथे सुरू होते... आधी हे सामर्थ्य तुमच्यात आहे का, याचं अवलोकन करा...

• • •

तणावमुक्त व्हा आणि या विचारांवर चिंतन करा :

*चला, थोडं थांबून आपल्या आजवरच्या जीवनप्रवासाचं शांतपणे अवलोकन करू या... आपली ध्येयं, उद्दिष्टं, साध्यं... साध्य करावयाचे टप्पे... असा माझा प्रवास आहे... आता या प्रवासातल्या 'मी'कडे बघूया... हा यात्री आहे बदललेल्या जाणिवेचा... जिथे पोचायचं आहे, त्या स्थानाशी आनंद जोडलेला नाही... मी माझा प्रवास करताना आनंदी असायला हवं. प्रवासात असताना मी आनंदी, स्थिर, संयमी आणि समर्थ आहे... मार्गात अडथळे आहेतच... पण माझी पहिली जबाबदारी आहे, भावनिक स्तरावर समर्थ बनण्याची... मी कशा पद्धतीने प्रतिक्रिया देते, याची काळजी घेणं, हीच माझी जबाबदारी आहे. ॐ शांती!*

**आनंदाचा पासवर्ड**

- आनंद ही ध्येयप्राप्तीनंतर अनुभवण्याची गोष्ट नसून ध्येयप्राप्तीची वाटचाल सुरू असताना निर्माण होणारी भावना आहे.
- काही साध्य केल्यावरच आपल्याला आनंदानुभव येतो, अशी आपली धारणा असते. शिवाय, प्रवासादरम्यान आपण तणाव, राग आणि भीती या भावना निर्माण करतो. अंतिमतः आनंदाचा अनुभव आपण घेऊ शकत नाही.
- माझ्या भोवतालच्या लोकांची जबाबदारी घेण्याआधी मी माझ्या विचारांची आणि भावनांची जबाबदारी स्वीकारली पाहिजे. मी आनंदी मनानं इतरांची काळजी घेतली, तर तेही आनंदी होतील.
- भावनिकदृष्ट्या तुम्ही सामर्थ्यवान नसाल तर तुमच्या पाल्यालाही तुम्ही भावनिकदृष्ट्या समर्थ बनवू शकणार नाही.

# सर्वप्रथम, मी माझी काळजी घेईन!

***सुरेश ओबेरॉय : मी काही मित्रांशी गप्पा मारत होतो, तेव्हा त्यांनी U-STRESS म्हणजेच उपयुक्त ताणाचा उल्लेख केला. ते म्हणतात, की आपल्याला या तणावाची गरज असते. एका मित्राने तर असा दावा केला, की जोवर त्याला ताण येत नाही, आणि वेळेची कमतरता भासत नाही, तोवर तो चक्क थांबून राहतो. कारण ताणानंतरच तो सर्वोत्तम काम करतो. आता याविषयी काय सांगाल?***

***शिवानीदीदी :*** या सर्व गोष्टी म्हणजे आपल्या मनाच्या धारणा आहेत. आजकाल कुठेही जा, सगळीकडे याबद्दलच ऐकायला मिळतं की, जोवर ताण जाणवत नाही, तोवर मी काम करूच शकत नाही. जर ताणच नसेल तर मी निष्क्रिय आणि निराश होईन. ते ताणाचा उल्लेख उद्दिष्टप्राप्तीची किंवा कार्यारंभाची प्रेरणा म्हणून करतात. पण यात कितपत तथ्य आहे, हे स्वतःला विचारून पाहा. त्यासाठी मला हे जाणून घेतलं पाहिजे, की माझ्या दृष्टीने ताण म्हणजे काय आणि ताणाचा अनुभव घेत असताना मला कसं वाटतं? समजा, चालताना माझा गुडघा अचानक दुखू लागला. माझं चालणं अद्यापही सुरूच आहे. पण माझं आत्ताचं चालणं हे माझा गुडघा दुखत नसतानाच्या चालण्यासारखंच सहज आहे का?

***सुरेश ओबेरॉय : नाही, आता तिथे दुःख आहे.***

***शिवानीदीदी :*** थोडा त्रास असणारच. यावर मी कितीही म्हटलं, 'मी ठीक आहे, एवढं चालणारच, वयोपरत्वे हे व्हायचंच...' तरी चालताना मला आता थोडा त्रास नक्कीच होतोय. माझं चालणं यापुढेही चालूच राहतं, माझ्या गुडघ्यावर उपचार करण्याकडे मी काणाडोळा करते. पायातल्या वेदना तशाच असतात, कधी कधी असह्य होतात पण मी कशीबशी निभावून नेते. मात्र नंतर काही कारणाने माझ्यावर धावण्याचा प्रसंग येतो. आता मला सांगा, त्या वेदना सहन करत धावायला मला जमेल का? शक्यच नाही. हेच ताणाबाबत आहे. ताण सदैव माझ्या मनात असतो. ताणाचा अनुभव घेताना माझ्या नेमक्या भावना कशा असतात? भावनिक पातळीवर हे जोखण्यास मी समर्थ नसेन, तरी शारीरिक पातळीवर मला हे नक्की तपासता येईल... मला ताण जाणवताच माझ्या हृदयाचे ठोके वाढतात, नाडीचे ठोके जोरात पडू लागतात, माझ्या तोंडाला कोरड पडते, माझ्या पोटात विचित्र संवेदना होऊ लागतात, माझं डोकं जड होतं... वगैरे वगैरे. माझ्या बिघडलेल्या मनःस्थितीचे दुष्परिणाम पुढे पुढे माझ्या शरीरावरदेखील उमटू लागतात. पण ही पुढची अवस्था झाली. काही विद्यार्थ्यांना परीक्षा आली, की अचानक बरं वाटेनासं होतं किंवा लोकांसमोर भाषण करायची पाळी आली, की काही लोकांना घाम फुटतो, त्यांच्या तोंडाला कोरड पडते. हा झाला मनःस्थितीचा आपल्या शरीरावरील परिणाम.

***सुरेश ओबेरॉय : पण मी तर ही स्वाभाविक गोष्ट आहे, असं मानत होतो. कॅमेऱ्यापुढे पहिल्यांदा उभं राहताना माझ्याही तोंडाला आणि ओठांना कोरड पडली होती.***

***शिवानीदीदी :*** पण तुमचं काम त्यामुळे अधिक चांगलं झालं होतं का?

***सुरेश ओबेरॉय : छे, अगदी वाईट झालं होतं ते...***

***शिवानीदीदी :*** समजा, एका मुलाला परीक्षेला बसायचं आहे. परीक्षा हे त्याच्यासाठी एक उद्दिष्ट आहे आणि एक ताणही. आता जर त्या मुलाला परीक्षेचाच घोर लागून राहिला, तर तो चांगली कामगिरी करू शकेल का? मला आठवतंय, आम्ही परीक्षेनंतर आमच्या कामगिरीचं मूल्यमापन करायचो. उत्तर ठाऊक असूनदेखील ज्या ठिकाणी आम्ही चुका केल्या आहेत, अशा ठिकाणी आम्ही खुणा करायचो. 'निष्काळजीपणामुळे झालेल्या चुका' असा आम्ही

त्यांचा उल्लेख करायचो. निष्काळजीपणामुळे झालेली चूक म्हणजे योग्य उत्तर माहिती असूनदेखील भलतंच काहीतरी त्या ठिकाणी लिहिणं. ही चूक का घडायची आमच्याकडून? कारण त्यावेळी आमच्या डोक्यात गोंधळ उडालेला असायचा, स्पष्टता नसायची. मनाला स्वस्थता नसली की ताण हटकून येणारच.

आणि हा निष्काळजीपणा नक्कीच नाही. हे घडलं याचं कारण मी माझ्या मनाची काळजी घेतली नव्हती. त्यामुळे माझ्या विचारांमध्ये स्पष्टता नव्हती. त्याचा परिणाम माझ्या निर्णयक्षमतेवर झाला, ज्यानं माझे हात थरथरू लागले, माझ्या लिखाणाचा वेग कमी झाला आणि परिणामी मला माझी परीक्षा व्यवस्थित देता आली नाही.

***सुरेश ओबेरॉय : मग अंतिम मुदतीची टांगती तलवार मस्तकावर लटकत असतानादेखील 'ताणाखाली आमचं काम अधिक चांगलं होतं...' असं हे लोक का म्हणतात?***

***शिवानीदीदी :*** कामाला समयसीमा असणं म्हणजे विशिष्ट लक्ष्य समोर असणं. लक्ष्य समोर असेल तर ताण असण्याची देखील शक्यता असते. समयसीमेचा अर्थ निश्चित वेळेत काम पूर्ण करणं असा आहे. समयसीमा काढून टाकली तर एका दिवसाच्या कामाला सहा दिवसही लागू शकतात. समयसीमेचं लक्ष्य गाठण्यासाठी माझ्या कामाला अधिक गती येते. आता अधिक गतीनं माझं काम चाललं असताना जर माझ्या मनात असे विचार येऊ लागले की, 'उद्या संध्याकाळपर्यंत मी हे कसं पूर्ण करणार? आणि उद्या संध्याकाळपर्यंत मी हे पूर्ण करू शकलो नाही तर मग त्याचा परिणाम काय होईल? मला कामावरून काढून टाकणार नाहीत ना? माझे वरिष्ठ माझ्यावर चिडणार तर नाहीत ना? दुसऱ्या कोणीतरी माझ्याआधीच हे काम पूर्ण केलं तर? माझ्याऐवजी त्यालाच बढती मिळणार.. त्याचाच पगार वाढणार... असं झालं तर मी संपलोच... माझी कारकीर्द धोक्यात येणार!' एकीकडे माझ्या डोक्यात असले विचार सुरू आहेत, आणि दुसरीकडे माझं कामही सुरू आहे. मी काम करते, पण माझ्या मनावर अवस्था कशी आहे? माझ्या मनावर ताण येतो आहे. मनाला सुखावह नसलेली नकारात्मक भावना म्हणजे ताण. समोर लक्ष्य असणं चांगलंच, पण ताण असणं मुळीच चांगलं नाही. समजा, दोन व्यक्तींना सारखंच काम देऊन

दुसऱ्या दिवशी संध्याकाळपर्यंत ते पूर्ण करून देण्याचं समान उद्दिष्ट ठेवलं. आता दोघंही कामाला लागतील आणि दुसऱ्या दिवशी संध्याकाळच्या आत ते पूर्णही करतील. दोघांनीही त्यांचं लक्ष्य गाठलं खरं, पण दोघांचा प्रवास मात्र भिन्न पद्धतींनी झाला. कारण पहिल्या व्यक्तीनं असा विचार केला, 'उद्या संध्याकाळच्या आत मला हे काम पूर्ण करायचंच आहे. म्हणून हे काम सोडून अन्य कोणत्याही गोष्टीचा विचार आता मी माझ्या मनामध्ये येऊ देणार नाही. मी उद्या संध्याकाळच्या आत हे काम नक्कीच पूर्ण करेन!' दुसऱ्या व्यक्तीनं मात्र 'मध्येच एखादी अडचण आली तर...?' किंवा 'उद्या संध्याकाळच्या आत हे काम पूर्ण करणं मला जमलंच नाही तर?' अशाप्रकारची काळजी करत हे काम पूर्ण केलं. उद्दिष्टाप्रत दोघेही पोचले, मात्र त्यातल्या पहिल्या व्यक्तीचं अंतःकरण स्थिर होतं, आणि दुसऱ्यानं काम पूर्ण केलं ते चिंताग्रस्त अंतःकरणाने. दोघांनीही त्यांचं लक्ष्य गाठलं असल्याने अंतिम निकाल बाह्यतः जरी सारखाच भासला, तरी त्या दोघांपैकी दुसरी व्यक्ती मनातून अगदी शिणून गेली असेल. तिची दमछाक झाली असेल. ती मात्र सोयीस्करपणे या सगळ्याचा दोष तिच्यावर आलेल्या दबावाला देईल. पण हा दबाव आपण स्वतःच निर्माण केल्याची तिला साधी जाणीवदेखील होणार नाही.

विज्ञानामध्ये ताणासाठी पुढील सूत्र सांगितलं आहे.

*वस्तूवरील ताण = वस्तूवरील दाब/वस्तूची प्रतिरोध क्षमता*

अंशस्थानी असलेल्या दबावामध्ये आपली ध्येयं, आव्हानं, आपले नातेसंबंध, बदलणारी परिस्थिती, रोजची वाहतूककोंडी, समयसीमा अशा अनेक गोष्टी अंत:र्भूत असतात. सूत्रातील छेदस्थानी, ज्यामुळे हा सगळा दबाव मी सहन करू शकते, ती माझी प्रतिरोधक्षमता आहे. कारखान्यात वापरण्यात येणाऱ्या निरनिराळ्या धातूंच्या पत्र्यांवर आपण समान दाब देऊन बघितला तर प्रत्येक धातूनुसार त्या दबावासाठी वेगवेगळा प्रतिरोध निर्माण होत असल्याचं आपल्याला आढळतं.

आता आपण या सूत्रातील छेदस्थानावरील घटकाला म्हणजेच प्रतिरोध क्षमतेला सोयीस्करपणे दुर्लक्षित केलं असून '*ताण = आपल्यावरील दबाव*' अशाप्रकारे त्या सूत्राचा अपभ्रंश करून टाकला आहे.

प्रतिरोध क्षमतेसारख्या महत्त्वाच्या बाबीकडे आपण का दुर्लक्ष करतो? कारण आपल्या आंतरिक शक्तीची जबाबदारी घेण्याची आपली तयारीच नसते. म्हणून मी माझ्यासाठी 'ताण = दबाव' हे नवं सूत्र बनवते. केवळ त्याचमुळे परीक्षा आली की मला ताण येतो, माझा बॉस खूप कडक आहे ही गोष्ट मी स्वतःसाठी तणावात्मक करून टाकते. कारण, *माझ्यावरचा दबाव = माझ्यावरचा ताण...!*

***सुरेश ओबेरॉय : थोडक्यात लोकांना ताणाखाली यायला आवडतं का? आम्ही असं तणावपूर्ण जगणं अगदी सहजपणे का स्वीकारतो?***

***शिवानीदीदी :*** जेव्हा एखादी गोष्ट हाताळण्याची क्षमता आपल्यात नसते, तेव्हा ती आपल्याला अपरिहार्य वाटू लागते. तणावाचं तसंच आहे.

***सुरेश ओबेरॉय : म्हणजे स्वतःवर ताण येऊ न देण्यासाठी आणि आनंदी राहण्यासाठी प्रयत्न करावे लागतात, असं तुम्हाला म्हणायचं आहे?***

***शिवानीदीदी :*** होय. समजा, तुम्ही काही बोललात आणि मला ते सहन झालं नाही. स्वतःला दुखवून घेणं हे इतकं सोपं आहे ...

***सुरेश ओबेरॉय : माझं एवढं वय झालं, तरी मी असाच विचार करतो. आपल्या भावभावनांसाठी इतरांना जबाबदार धरणं ही आपल्याला स्वाभाविक गोष्ट वाटते.***

***शिवानीदीदी :*** ऋतू कायम बदलत असतात. आज उन्हाळा असेल, तर काही महिन्यांनी हिवाळा येईल. हवामान बदलेल. आपल्याला थंडी वाजू लागेल. हवामान बदलल्यानं आजारी पडणं स्वाभाविक आहे, असं तुम्ही म्हणाल का? नाही. कपाटातून लोकरीचे कपडे बाहेर काढून तुम्ही स्वतःचा थंडीपासून बचाव कराल ना?

केवळ थंडीला बोल लावून आपण गप्प बसतो का? नाही, आपण स्वतःचं थंडीपासून रक्षण करतो. बाह्यतः गोष्टी घडतच असतात. पण त्यांच्यापासून स्वतःचा बचाव कसा करावा हे तंत्र आपल्याला ठाऊक नसल्यानं आपण खुशाल म्हणतो, की आजारी पडणं स्वाभाविक आहे, दुखावलं जाणं स्वाभाविक आहे... मला ताण येणं, मला कष्ट होणं हे स्वाभाविक आहे...

वर तणावाचं जे सूत्र देण्यात आलंय, त्यातल्या भाजकावर म्हणजेच छेदस्थानातल्या घटकावर अध्यात्म आपलं लक्ष केंद्रित करतं. ती गोष्ट म्हणजे आपल्यातील प्रतिरोध क्षमता! कारण परिस्थिती आणि दबाव या काही माझ्या नियंत्रणातल्या गोष्टी नाहीत. सूत्रातील अंशस्थानावर माझं कधीच नियंत्रण नसतं. परिस्थिती कशीही असली तरी माझ्यावरील ताणासाठी या घटकाला फारतर १०% दोषी धरता येईल. पण उरलेला ९०% हिस्सा मात्र माझ्या प्रतिरोध क्षमतेचाच आहे. कारण दबाव नसेल तर ताणही नसेल, म्हणून आपण बाह्य दबावाला १०% जबाबदार धरू या. उरलेला ९०% भाग मात्र, मी त्या दबावाला हाताळण्यात कितपत यशस्वी होते, यावरच अवलंबून असतो.

***सुरेश ओबेरॉय : म्हणजे माझ्या प्रतिसादाकडे ९०% दोष जातो. जेव्हा कोणीतरी माझ्या गाडीला ठोकर देतं, तेव्हा जर माझी गाडी जुनी असेल तर मला तितकंसं वाईट वाटत नाही. पण माझी गाडी नवीकोरी असेल, तर माझा संताप होतो. असंच ना?***

***शिवानीदीदी :*** तुमचा प्रतिसाद ही सर्वस्वी तुमचीच निवड असते. कोणीतरी तुमच्या गाडीला ठोकर दिली... आता ही परिस्थिती तर तुमच्या नियंत्रणातील नाही. प्रतिसादासाठी तुमच्यापाशी दोन मार्ग आहेत १) तावातावानं गाडीच्या बाहेर येऊन तमाशा करायचा, दुसऱ्या गाडीवाल्याला ओरडून शिव्या घालायच्या, त्याला मारहाण करायची आणि त्यालाही तुमच्यासारखंच वागायला उद्युक्त करून अजून दहा माणसं तुमच्या आजूबाजूला गोळा करायची किंवा २) त्याला 'गुड मॉर्निंग, हॅव अ ग्रेट डे' म्हणून दिवसभरासाठी शुभेच्छा द्यायच्या.

***सुरेश ओबेरॉय : किंवा छानसं हसून त्याला म्हणायचं, 'जाऊ द्या हो. एवढं काही झालेलं नाही, मी गाडीचा विमा उतरवला आहे!'***

***शिवानीदीदी :*** बरोबर! पण सर्वांत महत्त्वाचं असतं, आपल्या मनाचा विमा उतरवणं, मन सुरक्षित ठेवणं! तुम्ही विमा कंपनीकडे अर्ज करता आणि तुम्हाला तुमची गाडी दुरुस्त करून मिळते. पण प्रसंगागणिक तुमच्या अंतःकरणाला बसणाऱ्या ठोकरांमुळे तुम्ही घायाळ होऊन जाता, त्याची भरपाई आणि दुरुस्ती कशी होणार?

***सुरेश ओबेरॉय : पण मला माझ्या गाडीला नुकसान झाल्याचं जास्त दुःख होतं...***

***शिवानीदीदी :*** कारण माझ्या 'प्रायोरिटी लिस्ट'मध्ये माझ्या आनंदापेक्षा माझ्या गाडीला जास्त महत्त्व आहे. कारण माझी गाडी माझ्या आनंदाचा स्रोत आहे असं मला वाटतं. मात्र जेव्हा मला माझं 'असणं' महत्त्वाचं वाटू लागतं, तेव्हा मी स्वतःची काळजी घेऊ लागते. तेव्हा सर्वांत आधी तुम्ही ठीक आहात ना, हे तपासा आणि मग सभोवतालच्या गोष्टींकडे लक्ष द्या.

***सुरेश ओबेरॉय : शिवानीदीदी, 'आधी स्वतःची काळजी घेतली पाहिजे' हा विचार जरा स्वार्थी वाटत नाही का तुम्हाला?***

***शिवानीदीदी :*** पण मी माझीच काळजी घेत नसेन, तर तुम्हाला मदत करू शकेन का? जर माझी सर्व शक्ती आणि वेळ फक्त इतर मंडळींची काळजी घेण्यात खर्ची पडत असेल, तर त्याचा परिणाम आणखी काय होणार? आज तुम्ही तणावग्रस्त झालात, तर तुमची मुलंही तणावग्रस्त होतील. पूर्वीच्या काळी माणसाने साठी ओलांडली की औदासिन्यासारखे विकार होऊ शकतात, असं मानलं जायचं. पण आजकालच्या शाळकरी मुलांना इतक्या समस्या आहेत की, त्यांना मानसोपचारतज्ज्ञांची आणि समुपदेशकांची वारंवार भेट घ्यावी लागते. आपण जर आपली जबाबदारी यथार्थपणे पार पाडली असती, तर हा परिणाम दिसला नसता.

***सुरेश ओबेरॉय : 'आजकालचे शिक्षक बेजबाबदार आहेत, राजकारणी बेजबाबदार आहेत' अशी विधानं आपण नेहमीच करतो. पण खोलात जाऊन विचार केला तर 'स्वतःची जबाबदारी न घेणारा मीच सर्वांत जास्त बेजबाबदार आहे,' असं म्हणावं लागेल.***

***शिवानीदीदी :*** मी उत्तरदायी असलंच पाहिजे. कोणत्याही परिस्थितीला उत्तर देण्याची *माझी क्षमता म्हणजे माझं उत्तरदायित्व, माझी जबाबदारी.*

जीवनातला हा विरोधाभास पाहा – ज्या गोष्टींवर आपलं नियंत्रण असतं, त्यांच्याकडे काणाडोळा करून आपण ज्या गोष्टींवर नियंत्रण नसतं, त्यावर नियंत्रण मिळवण्याच्या प्रयत्नात असतो. आपण म्हणतो, 'माझ्या मनावर माझं नियंत्रण नाही.' पण खरंतर ती एकमेव अशी गोष्ट आहे, की ज्यावर फक्त तुमचीच

सत्ता आहे. आता आपण परत मागील प्रसंगाकडे परत येऊ. समजा, त्या दोन्ही गाड्यांच्या चालकांना जर तुम्ही सुचवून पाहिलंत, की झालं गेलं जाऊ द्या आणि आपापल्या रस्त्याला लागा, तर ते दोघेही या गोष्टीला अजिबात राजी होणार नाहीत. उलट गाडीतून खाली उतरून 'चूक तुझी आहे!' असं दुसऱ्याला तावातावानं आणि मोठ्या आवाजात ओरडून ऐकवणं त्यांना जास्त महत्त्वाचं वाटेल. यावरही जर तुम्ही त्या दोघांना समजावण्याचा प्रयत्न केला, की यात नुकसान तुमचंच आहे. असं वागून तुम्ही स्वतःलाच हानी पोचवत आहात.

***सुरेश ओबेरॉय : शिवाय ते वर हेही म्हणतील, की याची चूक मी सुधारतोय, म्हणजे मी खरंतर याच्यावर उपकारच करतोय. आता परत अशी चूक तो करणार नाही.***

***शिवानीदीदी :*** स्वतःची काळजी घेण्यापेक्षा लोकांना शहाणपणा शिकवण्यात माणसाला जास्त रस असतो. प्रसंग लहान असो की मोठा, प्रतिवादासाठी माझ्याकडे नेहमीच आणखी एक पर्याय उपलब्ध असतोच. कोणत्याही परिस्थितीमध्ये मी स्वतःला अलिप्त आणि सजग ठेवलं पाहिजे. वरील प्रसंगात समजा जर 'मी ठीक आहे, जे झालं ते सोडून देऊया...' असं म्हणून मी पुढं गेले असते, तर दिवसभर मला कसं वाटलं असतं?

***सुरेश ओबेरॉय : छान वाटलं असतं.***

***शिवानीदीदी :*** कारण या परिस्थितीत अशाप्रकारे वागून तुम्ही स्वतःची ऊर्जा वाचवली आणि शिवाय तुमच्या कमकुवतपणावर मात केली. स्वतः करून बघावा, असा हा प्रयोग आहे.

***सुरेश ओबेरॉय : काही दिवसांपूर्वी मी गाडीतून विमानतळावर निघालो होतो आणि एकाने आमच्या गाडीला धडक दिली. त्यामुळे माझा ड्रायव्हर दुसऱ्या गाडीवाल्याशी भांडायला गाडीतून उतरणार होता. तेव्हा मीच त्याला, 'शांत बस, गाडीचं दार लावून घे आणि झालं गेलं विसरून जा...' असं सांगितलं. त्यामुळे मला खरंच छान वाटलं. आता तुमच्याशी बोलताना मला त्याचं कारण कळून चुकलं. माझ्यात वर्षानुवर्षे वास करणाऱ्या माझ्यातल्या दुर्बलतेवर मी त्या दिवशी विजय मिळवला होता.***

***शिवानीदीदी :*** शिवाय त्या क्षणी तुम्ही एक योग्य विचार केलात आणि म्हणून देखील तुम्हाला छान वाटलं. 'ठीक आहे, झाला हा अपघात होता असं समजू आणि आपापल्या रस्त्याला लागू' हा विचार जेव्हा तुम्ही करता, तेव्हा तो एक सकारात्मक विचार असतो आणि ती भावनाही छान असते. पण जर तुम्ही 'गाडी चालवताना याला नीट बघायला काय झालं होतं... गाडी चालवताना त्यानं काळजी नको का घ्यायला... याला ड्रायव्हिंग लायसन्स कोणी दिलं... रस्ता काय याच्या मालकीचा झाला काय...' अशाप्रकारे विचार केला असता, तर नंतर तुम्हाला कसं वाटत राहिलं असतं? तुमचे विचार तुमची भावना ठरवतात.

***सुरेश ओबेरॉय : मग अजून किती वेळ ही क्षुब्ध मानसिकता टिकून राहील?***

***शिवानीदीदी :*** समजा, पुढे अर्धा तास माझा गाडीतून प्रवास सुरू राहणार आहे. म्हणजे माझा खराब मूड माझ्याबरोबर अजून अर्धा तास तरी तसाच राहणार. दुर्दैव म्हणजे या अवधीत अशीच आणखी एखादी घटना घडली तर तोवर माझ्या भावनांचं रक्षण करणारी माझी प्रतिकारक्षमता इतकी खालावते, की नव्या घटनेनं माझ्या संतापाचा उद्रेक होण्याची शक्यता जास्त बळावते. पुढे मी माझ्या ऑफिसमध्ये येते. माझी रिसेप्शनिस्ट मला तिच्या जागेवर दिसत नाही. आज ती वेळेवर हजर झालेली नाही. आता या नव्या परिस्थितीचा मला सामना करायचा आहे. माझ्या टेबलाशी मी येते आणि मला आढळतं की शिपायानं माझं टेबल नीट पुसलं नाही... आणखी एक परिस्थिती... जे काम आज सकाळी दहाच्या आत व्हायलाच हवं होतं, ते माझ्या हाताखालच्या माणसाने पूर्ण केलं नसल्याचं मला कळतं... म्हणजे अधिकाधिक क्षुब्ध करणाऱ्या घटनांची मालिकाच सुरू होते. आणि त्या पाठोपाठ माझ्या रागाचे स्फोट होत राहतात. मी मात्र माझ्या वर्तणुकीचं समर्थन करते. माझ्याकडे रागाचं समर्थन करण्यासाठी कारणांची लांबलचक यादी असते.

***सुरेश ओबेरॉय : हो! मला राग येण्यामागे हे कारण होतं, ते कारण होतं... जे घडलं त्यात माझा काही दोष नाही... माझी बाजू बरोबर होती... मला राग येणं स्वाभाविक आहे...***

***शिवानीदीदी :*** अगदी बरोबर! अशी अनेक कारणं आपण सांगू शकतो. जर तुम्ही प्रतिक्रिया दिलीत, तर तुम्ही तुमची ताकद वाया घालवता, क्षीण करून टाकता, तुम्ही तुमचं भावनिक सामर्थ्य कमी करता.

***सुरेश ओबेरॉय : कालांतरानं ही सवय बनते. मग उच्च रक्तदाब, हृदयविकार अशा व्याधी जडतात. त्यामुळे आपल्या आरोग्याचीही हानी होते.***

***शिवानीदीदी :*** आजकाल उच्च रक्तदाब ही स्वाभाविक गोष्ट समजली जाते. कारण ताणतणाव नेहमीचेच झालेत. ताण स्वाभाविक आहे, असं म्हटल्यावर त्याबरोबर येणारे घटकही स्वाभाविक होऊन बसलेत. म्हणजे ज्या गोष्टी पूर्वी स्वाभाविक समजल्या जात नव्हत्या, त्या आता स्वाभाविक मानल्या जात आहेत. तरीही आम्ही म्हणतो की आम्हाला आनंद हवा.

***सुरेश ओबेरॉय : शिवानीदीदी, 'असीम' या शब्दाचा नेमका अर्थ काय?***

***शिवानीदीदी :*** जी कोणत्याही सीमित गोष्टींच्या, एका व्यक्तीच्या किंवा परिस्थितीच्या अधीन नाही, अशी अवस्था. जी अप्रतिबंधित, स्वतंत्र आणि अनियंत्रित आहे. जी कशाच्याही अधीन नसल्यानं तिला अपयशाची चिंता नाही. एखादी गोष्ट मला मिळाली नाही, तर माझं काय होईल...? असं वाटून मला लगेचच भीती वाटू लागते. भय निर्माण होताच आनंद गायब होतो. आजकाल माणसं आनंदी होण्यासाठी देखील घाबरू लागली आहेत... घरामध्ये चांगलं हसतं खेळतं वातावरण असतं, सगळे आनंदात असतात आणि कोणीतरी बोलून जातं, 'नका रे एवढं आनंदी होऊ, पुढं काय होईल आपल्याला माहीत नाही.' आनंदी होण्याचीही भीती वाटावी, इतके बुजून गेलेत सगळे!

***सुरेश ओबेरॉय : सर्व काही तात्पुरतं असतं.***

**शिवानीदीदी :** कारण सारं काही परिस्थितीवर आधारित असतं. आत्ताची परिस्थिती लाभदायक आहे, म्हणून तुम्ही आनंदी होता, पण पुढं परिस्थिती कशी असणार आहे, याबद्दल आपण अनभिज्ञ असतो. पण जर तुमचा आनंद परिस्थितीवर आधारित नसेल, तर तुम्ही अगदी आठवड्याचे सातही दिवस चोवीस तास आनंदी राहू शकता.

***सुरेश ओबेरॉय : आठवड्याचे सातही दिवस आणि चोवीस तास आनंदी? शिवानीदीदी, हे खरंच शक्य आहे का?***

***शिवानीदीदी :*** नक्कीच. आपण हे करू शकतोच. पण आधी आपण स्वतःची काळजी घेतली पाहिजे, आपल्याला स्वतःची जबाबदारी घेता आली पाहिजे. आपला आनंद जर बाह्य घटकांवर अवलंबून असेल, तर आनंद केवळ प्रासंगिक आणि तत्कालिक होईल. परिस्थिती जसजशी अधिक आव्हानात्मक होत जाते, तसतसं माणसाच्या वर्तणुकीविषयी अंदाज बांधणं कठीण होत जातं. पुढे पुढे तर त्याला रोजच्या लढ्याचं स्वरूप येतं. त्यामुळं रोज निर्माण होणाऱ्या ताणाला आपण 'स्वाभाविक' म्हणून स्वीकारतो. वस्तुतः आनंद ही स्वाभाविक गोष्ट असताना आपण ताणतणाव स्वाभाविक आहेत, असं म्हणू लागतो.

***सुरेश ओबेरॉय : शिवानीदीदी, ताणतणाव स्वाभाविक नसून आनंद स्वाभाविक असतो, हे स्पष्ट करून सांगितल्याबद्दल धन्यवाद! याच विषयाच्या अनुषंगानं एक चिंतन करूया.***

• • •

चला, तणावमुक्त होऊया आणि या विचारांवर ध्यान करूया :

*मागे रेलून सुखावह स्थितीत बसा... मी स्वतःकडे पाहत आहे... माझ्या प्रत्येक विचाराची आणि भावनेची निर्माती मी स्वतःच आहे... दबाव, दडपणं आणि आव्हानं जीवनात असतातच... काही उद्दिष्टंदेखील असतात... काही समयसीमा (डेडलाइन) पाळाव्या लागतात... हेही एक दडपण असतं... त्यांच्यावर मात करत माझ्या उद्दिष्टांपर्यंत पोचणारी मीच असते... माझ्या उद्दिष्टांकडे माझी वाटचाल चालू असताना मला माझी काळजी घ्यायला हवी... माझ्या विचारांच्या आणि भावनांच्या दर्जाबद्दल मला जागरूक राहिलं पाहिजे... कोणतंही भय, चिंता आणि काळजी निर्माण होत असेल तर त्यामुळे विचलित न होता शांतपणे मला माझ्या विचारांचा दर्जा सुधारावा लागेल... त्यासाठी मी समर्थ आहे... जे मी ठरवलंय, ते मी नक्कीच मिळवू शकते...परंतु त्यासाठी मी आधी*

*माझी काळजी घेईन... कोणीही आणि काहीही माझ्या अस्तित्वावर प्रभाव टाकू शकणार नाही... माझ्या अस्तित्वावर फक्त माझंच नियंत्रण राहील... मी समर्थ आहे... मी सुरक्षित आहे... मी सुखरूप आहे... माझ्या ध्येयपूर्तीकडे मी निघाले आहे, ही माझी यात्रा आहे आणि होय! ही आनंदयात्रा आहे... ॐ शांती!*

## आनंदाचा पासवर्ड

- ताण ही एक वेदना आहे. आपल्यात काहीतरी बदल घडवणं आवश्यक आहे, याची जाणीव करून देण्यासाठीच ती येते.
- 'ताण' ही आपल्यातील नकारात्मक विचारांची निर्मिती आहे, ज्यामुळे आपल्या कार्यक्षमतेवर, स्मरणशक्तीवर, निर्णयक्षमतेवर आणि पर्यायाने आपल्या कामगिरीवर दुष्परिणाम होतो.
- ताणामुळे शारीरिक आणि मानसिक स्वास्थ्यावर दुष्परिणाम होतो आणि म्हणूनच कोणत्याही प्रकारचा ताण हानिकारकच असतो.
- ध्येय, दडपणं, समयसीमा, परीक्षा या गोष्टी नैसर्गिक आहेत, पण त्यांचा ताण घ्यायचा की नाही, हे आपण ठरवायचं.
- *ताण = दबाव/प्रतिरोध क्षमता.* प्रतिरोध क्षमता म्हणजे आंतरिक ताकद. कोणत्याही परिस्थितीत मी माझ्या मनावर नियंत्रण ठेवेन. कारण मी बाह्य परिस्थितीवर नियंत्रण ठेवू शकत नाही, पण माझ्या मनावर नक्कीच नियंत्रण ठेवू शकते.

# तुम्हाला कोणीच दुःख देऊ शकत नाही

***सुरेश ओबेरॉय :*** *नुकताच मी वर्तमानपत्रात एक लेख वाचला. त्यात म्हटलं होतं की, शांतीमुळे आनंदाचा अनुभव येतो. पण मला सांगा, आधी काय येतं – शांती की आनंद? आनंदी नसताना शांत राहू शकतो का आपण? या प्रश्नांची उत्तरं तुमच्या आनंदाच्या कल्पनेवर, म्हणजेच तुम्ही तुमचा आनंद बाह्य वस्तुंपासून मिळवता की आतून यावरच अवलंबून असतील, नाही का?*

***शिवानीदीदी :*** होय, पण आपण जे वाचलं, ते वाचण्याची ही आपली पहिलीच वेळ होती का? याबद्दल आपण अनेकदा वाचत आणि ऐकत आलो आहोत. पण त्याची प्रत्यक्षात अंमलबजावणी करण्याची वेळ येते, तेव्हा काय होतं? वर्तमानपत्रांमधील आध्यात्मिक स्तंभातून, 'सेल्फ हेल्प' पुस्तकांमधून आपण नेहमी हेच वाचत असतो. आजकाल सकारात्मक विचार, अध्यात्म, स्वयंप्रेरणा आणि व्यक्तिमत्त्व विकास अशा विषयांवरील पुस्तकांची विक्री सगळ्यात जास्त होते. या संदर्भात अनेक कार्यशाळा आणि परिसंवाद आयोजित केले जातात. पण तरीदेखील आधुनिक जीवनात ताणतणाव, क्रोध, चिंता आणि अगणित दुःख यांचा आलेख चढताच असल्याचं आढळून येतं. या विषयांवरील ज्ञान, माहिती आपल्याला सहज उपलब्ध आहे, हे विषय आपल्याला समजतातही, पण तरीदेखील आपण आपला आनंद बाहेरच

शोधतो. असं का? याचा अर्थ आपण आजवर जे ऐकलंय, वाचलंय ते ज्ञान आत्मसात न करता 'ताणतणाव स्वाभाविक आहेत,' असं म्हणत त्यांचा स्वीकार करतो आणि म्हणूनच आपलं बौद्धिक ज्ञान आणि आपली वागणूक या बाबी परस्पराविरोधी असतात.

***सुरेश ओबेरॉय : तुम्हाला म्हणायचं आहे की, आपण जे वाचतो, त्यावर आपला विश्वास नसतो.***

***शिवानीदीदी :*** ही गोष्ट अद्याप आपल्या विश्वास प्रणालीमध्ये रुजलेली नाही. आपल्या बालपणापासूनच आपल्या विचारांची पठडी 'ताण स्वाभाविक असतो' अशीच बनली आहे. लहानपणी आपल्याला आपले पालक म्हणायचे, 'अगं! निवांत काय बसलीस? उद्या परीक्षा आहे, त्याचं काही वाटत नाही का तुला?' याच विचारांच्या पठडीत मी मोठी होते आणि 'सभोवती स्पर्धा वाढल्यानं ताण वाढणं स्वाभाविक आहे' असं म्हणणारा समाज माझ्या या विचाराला अधिक बळकटी देतो. थोडक्यात, लहानपणापासून जो विश्वास माझ्या मनात पक्का रूजतो, त्यानुसारच मी जगू लागते.

'आनंद बाहेर नसतो; आनंद तर अंतर्यामी असतो' या अर्थाची वाक्यं किंवा विचार आपण अनेकदा वाचत-ऐकत असतो; पण यामुळे आपल्या अंतर्मनात असणारी 'बिलीफ-सिस्टम' (धारणा) बदलते का? पण केवळ हे वाचल्यानं तुमच्या विश्वासाची चौकट मुळीच बदलत नाही. मी फक्त ते वाचते आणि त्याचा व्यवहारात काही उपयोग नाही, असं म्हणत आजवर जसं जगत आले, तसंच यापुढेही जगत राहते. इथंच सगळ्या कार्यशाळा, अध्यात्म आणि धर्म रोजच्या व्यवहारापासून विभक्त होतात. मी एखाद्या शांत ठिकाणी आयोजलेल्या व्यवस्थापन कार्यशाळेत सहभागी होते किंवा आध्यात्मिक सभेला हजेरी लावते. तिथे खूपसे पवित्र आणि तेजस्वी विचार माझ्या कानावर पडतात. ते ऐकत असताना त्यांच्या सत्यतेबद्दल माझी खात्री पटून मी त्या विचारांशी सहमतदेखील होते. आणि तिथून जेव्हा मी परत येते, तेव्हा मी पुन्हा पूर्वीसारखी बनून जाते आणि म्हणू लागते की 'हे विचार ऐकायला छान वाटतात, पण व्यवहारात मात्र त्यांचा काहीच उपयोग नाही. ज्यांना हे विचार पटतात, त्यांना ते लखलाभ असोत. पण त्यांनी आमच्या जागी येऊन पाहिल्यावर त्यांना

समजेल की हे आचरणात आणणं किती अवघड आहे!' आपण प्रयत्नही करून बघत नाही. प्रयोग करून बघायलाही आपण नको म्हणतो. हे सगळं आपोआप व्हावं... असं वाटत असतं आपल्याला. पण तसं होत नाही. ज्या गोष्टीचा मी अभ्यास केला, जी गोष्ट मला उमगली आहे, ती अमलात आणायचा मी थोडासा तरी प्रयत्न करायला नको का? मला ठाऊक आहे, की क्रोध अस्वाभाविक आहे आणि तो प्रतिसादरूपाने मीच निर्माण करते. मी माझ्या कामाच्या जागी येते किंवा माझ्या कुटुंबासोबत असते, त्यावेळी एखाद्याकडून मला अनुचित वाटेल, असे कृत्य घडल्यास माझा तिळपापड होणार नाही, याची मला आटोकाट काळजी घ्यायलाच हवी.

*सुरेश ओबेरॉय : तुम्ही हे म्हणालात, तेव्हा मला माझ्या गुरुंची आठवण झाली. मी त्यांना सतत म्हणत असे, की मला शांती प्राप्त करण्याचा मार्ग दाखवा. पण त्यांनी मला या प्रश्नाचं थेट उत्तर कधीच दिलं नाही. शांतीचा अर्थ जाणून घेण्यासाठी मी अगदी उतावीळ झालो होतो. वरच्या मजल्यावर घेऊन जाणाऱ्या लिफ्टची आतुरतेनं वाट बघणाऱ्या माणसाप्रमाणे माझी अवस्था झाली होती. लिफ्ट त्याच्यापाशी येऊन थांबेपर्यंत तो जसा वारंवार लिफ्टचं बटण दाबत राहील, तसं झालं होतं माझं. मी सतत अस्वस्थ असायचो स्वत:शीच म्हणायचो – 'मला शांती हवी आहे.' आत्ता तुम्ही जे बोललात, त्यावरून मला माझे गुरु तेव्हा काय म्हणाले होते, ते आठवलं. ते म्हणाले, 'अरे, तू प्रत्येक वेळी मला शांतीबद्दल विचारतोस, पण तू कधी 'शांतीकर्म' करतोस का?' त्यावेळी मला त्यांच्या बोलण्याचा संदर्भ लागला नव्हता. तिथून मी बाहेर आलो तर मला दिसलं की, कोणीतरी थेट माझ्या गाडीसमोर त्याची गाडी उभी करून ठेवली आहे. माझा संताप झाला. त्या गाडीलाच एक लाथ घालावीशी वाटली मला. मोठमोठ्याने हॉर्न वाजवावा, म्हणून मी माझ्या गाडीचं दार रागारागानं उघडलं आणि अकस्मात मला माझ्या गुरु मला काय म्हणाले होते, ते आठवलं. 'शांतीकर्म कधी करतोस का?' हे त्यांचे शब्द होते आणि मी शांत झालो.*

***शिवानीदीदी :*** मला शांती हवी आहे आणि मला वाटतं ती बाहेरून माझ्यापाशी येणार आहे. तसंच, मला आनंद हवा आहे, मला प्रेम हवं

आहे...वगैरे वगैरे. कोणीतरी, कोठेतरी, काहीतरी करावं म्हणजे मग मला हवं आहे, ते मिळेल, हे माझं वाटणं म्हणजे प्राप्तीची इच्छा. दुसऱ्या बाजूला अध्यात्म आपल्याला शिकवतं की कोणतीही कृती करताना मी शांतच असलं पाहिजे. कारण मी स्वत:च शांतस्वरूप, आनंदस्वरूप, प्रेमस्वरूप आहे.

***सुरेश ओबेरॉय : जर मीच शांतस्वरूप आहे, तर मला शांतीची गरज का पडावी?***

***शिवानीदीदी :*** कारण प्रत्येक माणूस स्वत:चं खरं अस्तित्व विसरून गेलाय. 'मी कोण आहे' हे तो पूर्णपणे विसरलाय. चावी खिशातच असावी आणि आपण ती घरभर शोधावी, असंच आहे हे! चष्मा कपाळावर लावून सगळीकडं शोधाशोध करावी यातलाच हा प्रकार. तुम्ही केवळ एकटेच ही शोधाशोध करत नाही, तर घरातल्या सर्वांनाच शोधायला लावता. थोडक्यात तुम्ही सर्व ठिकाणी चावी शोधता; पण ती तुमच्या खिशातच आहे हे मात्र विसरता. आनंदाचं, शांतीचंही असंच आहे. तुम्ही स्वत: आनंदस्वरूप, शांतस्वरूप आहात; पण शांतीचा, आनंदाचा शोध मात्र तुम्ही बाहेर सर्वत्र घेता.

***सुरेश ओबेरॉय : मी शांत आहे, हे एखाद्याच्या लक्षात कसं येतं? किंवा ही जाणीव एखाद्याला कधीपासून होऊ लागते? तुम्ही हे सिद्ध कसं करणार?***

***शिवानीदीदी :*** प्रयोग करून. प्रत्येक गोष्ट एक श्रद्धाच आहे, ती आपण पारखतो. अपेक्षित परिणाम मिळाला तर तिला सत्य म्हणून स्वीकारतो. 'शांतीचा शोध घेत राहा. कारण तेच आपल्या जीवनाचं उद्दिष्ट आहे.' जर जीवनाचं उद्दिष्टच शांतीचा शोध हे आहे, तर मग शांती मिळणार तरी कधी?

पण आता आपल्याला हे समजलं की शांती हाच आपला स्वभाव आहे. आपण एक प्रयोग करू या – 'मी शांतस्वरूप आहे.' ही जाणीव प्रत्येक कृतीत, प्रत्येक परिस्थितीत आठवायची. मग माझ्या प्रत्येक कृतीमध्ये, मला भेटणाऱ्या प्रत्येकाशी व्यवहार करताना मी जाणीव ठेवली पाहिजे. प्रत्येक कृती करणारी मीच आहे, याचं भान ठेवलं पाहिजे. एका डॉक्टरचं उदाहरण घेऊ. आपण डॉक्टर आहोत, ही गोष्ट त्याला ठाऊक

असते. त्यामुळे रस्त्याने जात असताना समजा एखाद्या व्यक्तीला अपघात झाल्याचं त्याला आढळून आलं तर तो लगेचच त्या व्यक्तीवर इलाज करण्यासाठी पुढे सरसावेल. पण तो डॉक्टर आहे, हे जर तो स्वतःच विसरला, तर त्याच्या आजूबाजूला लोक मरू लागले, तरी तो उपचार न करता तसाच थांबेल. पण ज्या क्षणी त्याला डॉक्टर असल्याची जाणीव होईल, तेव्हा तो लगेच कामाला लागेल. म्हणजे इथे संबंध आहे स्मृतींचा. मी शांतस्वरूप आहे, शांतिमय आहे हे मी विसरूनच गेले, म्हणूनच मी बाह्य घटकांमध्ये शांती शोधते आहे. मी शांतस्वरूप असल्याच्या नव्या श्रद्धेलाही स्वीकारून पाहूया. निदान प्रयत्न तरी करूया, आणि जर अपेक्षित परिणाम मिळाला तर ती स्वीकारूया.

***सुरेश ओबेरॉय : तुम्ही प्रयोग कसा कराल?***

***शिवानीदीदी :*** आज मी पुन्हा कामाला जाते आणि तिथे एखादी घटना घडते, तेव्हा मी स्वतःला शांतस्वरूप असल्याची आठवण करून देते आणि मग कृती करते.

***सुरेश ओबेरॉय : म्हणजे 'मी शांतस्वरूप आहे' हा मंत्र जपत बसायचं. माझा शिपाई चीड आणणारं काही बोलला, की चिडून त्याला 'गप्प बैस' म्हणून ओरडायचं आणि पुन्हा मंत्राचा जप सुरू करायचा...***

***शिवानीदीदी :*** हा मंत्र नाही तर हा दृढ विश्वास आहे. या द्वारे मी कोण आहे, हे मी स्वतःला सांगते आणि स्वतःला सजग बनवते. मग मी जे काही करते, ते या सतर्कतेतूनच. समजा, आपल्या मनामध्ये जागा आहे. ती जागा रिकामी आहे, असा विचार करून मी म्हणते, की मला आनंद हवा आहे, शांती हवी आहे, प्रेम हवं आहे. कोणीतरी ही जागा भरावी, या अपेक्षेनं मी सर्वत्र जाते. 'कृपया हे एवढं करा, म्हणजे मला आनंद मिळेल. माझ्याशी चांगलं बोला, म्हणजे मला शांती मिळेल' अशी माझी भूमिका असते. हा झाला एक विचार. दुसरा विचार म्हणजे माझं अवकाश ओतप्रोत शांतीनं भरलेलं आहे, त्यातला एक थेंबही सांडू नये, यासाठी मला दिवसभर काळजीपूर्वक पावलं टाकावी लागणार आहेत! यालाच तर आम्ही 'Awakening with Brahmakumaris' असं म्हणतो. मी कोण आहे, हे जाणून घेण्याबद्दल आहे हे सगळं. आणि आता

मी शांत आहे. मला फक्त याचं भान ठेवावं लागेल, की मी तुमच्याशी बोलताना माझ्यातील शांती तशीच अखंड राहील.

***सुरेश ओबेरॉय : मी आनंदी आहे आणि तुम्हालाही आनंदी करण्याचा मी प्रयत्न करेन.***

***शिवानीदीदी :*** मला सांगता नाही येणार की, मी दुसऱ्यांना आनंदी करू शकते की नाही. 'मी इतरांना नेहमी आनंदी बनवलं पाहिजे' हा विचारही आपल्या मनावर लहानपणापासून बिंबवला जातो.

***सुरेश ओबेरॉय : मला असं म्हणायचं होतं, की आपण जेव्हा एखाद्या आनंदी माणसाच्या सान्निध्यात असतो, तेव्हा आपल्यालाही आनंद होतो. कारण त्या व्यक्तीच्या आजूबाजूचं वातावरणदेखील आनंदानं भारलेलं असतं.***

***शिवानीदीदी :*** अगदी खरं आहे, पण काही व्यक्तींचा त्यांच्या भावनांवर ताबा नसल्यानं आनंदी माणसांच्या सान्निध्यातदेखील ते उदासच राहतात. 'मी इतरांना आनंदी करतो', हादेखील आपल्या श्रद्धाप्रणालीमध्ये घट्ट रुजलेला विचार झाला. आनंदी व्हावं असं जोपर्यंत एखाद्याला स्वतःहून वाटत नाही, तोवर अन्य कुणीही तुम्हाला आनंदी करू शकणार नाही.

***सुरेश ओबेरॉय : म्हणजे कोणी तुम्हाला दुःखीही करू शकत नाही.***

***शिवानीदीदी :*** पूर्णपणे खरं आहे हे. माझ्या विचारांसाठी आणि संवेदनांसाठी मी इतरांवर अवलंबून नसते, हे जे मी मागं म्हणाले होते, त्याचा हाच अर्थ आहे. आपला आनंद हा इतरांवर अवलंबून असतो, हाच आपल्यामध्ये सर्वांत घट्ट रुजलेला विचार आहे.

***सुरेश ओबेरॉय : प्रेमात पडलेली जोडपी म्हणतात, 'तिच्यामुळे मी प्रसन्न होतो किंवा त्याच्यामुळे मला आनंद होतो...' हा नेमका काय प्रकार असतो मग?***

***शिवानीदीदी :*** मी त्या व्यक्तीच्या सान्निध्यात असताना माझ्या मनात चांगले विचार येतात आणि त्यामुळं मी म्हणते की, या व्यक्तीबरोबर असताना मी आनंदी होते. पुढे जाऊन मी म्हणते की ती व्यक्ती मला आनंदित करते. बाह्य

घटकांवरदेखील आपण अशाच प्रकारे अवलंबून असतो, मग तो घटक एखादा दागिना असेल नाहीतर एखादी गाडी. त्यांच्यामुळे देखील माझ्या मनात असेच विचार तयार होतात. व्यक्ती असो वा वस्तू; ती आपल्या आनंदासाठीचा एक प्रेरणा असते.

आज तुम्ही माझ्याशी चांगलं बोलत आहात, त्यामुळे मी आनंदी होते आणि उद्या तुम्ही काहीतरी न रुचणारं बोललात, तर मी दुखावली जाणार. दोन्ही वेळेस तुम्ही तर तेच असता.

***सुरेश ओबेरॉय : पण मी आज तोच कुठे आहे? काल मी वेगळा होतो, तुमच्याशी मी छान बोलत होतो. व्यक्ती म्हणून मी जरी तोच असलो, तरी माझं वागणं बदललं. माझ्या बदललेल्या वर्तणुकीचा तुम्हाला धक्का बसणारच.***

***शिवानीदीदी :*** म्हणजे माझा प्रतिसाद तुमच्या वर्तणुकीवर अवलंबून आहे. मला जसं पाहिजे, अगदी तसंच तुम्ही माझ्याशी नेहमी वागणार का?

***सुरेश ओबेरॉय : अर्थातच नाही, प्रत्येक दिवशी प्रत्येक वेळी माझी मनःस्थिती वेगवेगळी असेल.***

***शिवानीदीदी :*** ही तुमची चूक आहे का?

***सुरेश ओबेरॉय : नाही. हे स्वाभाविक आहे.***

***शिवानीदीदी :*** तुम्ही चुकत आहात की नाही?

***सुरेश ओबेरॉय : मी बरोबरच आहे.***

***शिवानीदीदी :*** कोणाच्या मते?

***सुरेश ओबेरॉय : माझ्याच.***

***शिवानीदीदी :*** पण माझ्या मते तर तुम्ही चूक करताय... म्हणजेच, बरोबर काय आणि चूक काय, या समजुतींच्या चौकटीत मी माझ्या विचारांना अडकवलं आहे. म्हणजे 'माझ्या मतानुसार बरोबर' असंच लोकांनी वागावं म्हणजे मी आनंदी होईन.

***सुरेश ओबेरॉय : म्हणजे, माझी प्रतिमा तुमच्याशी कायम चांगलंच वागणारा अशी दिसावी, म्हणून तुम्ही माझ्या वागण्यावर नियंत्रण ठेवणार असंच ना? मग मी वागू का तुम्हाला हवं तसं?***

***शिवानीदीदी :*** हो, कारण त्यानं मी आनंदी होणार.

***सुरेश ओबेरॉय : म्हणजे तुम्ही मला नियंत्रित करता का?***

***शिवानीदीदी :*** होय, मी तुम्हाला नियंत्रित करते. इतर लोकांशी वागताना दररोज आपण हेच करतो. आपल्या आजूबाजूच्या लोकांशी, अगदी आपल्या मुलांशी वागतानाही आपण असंच करतो. मी स्वतः आनंदी व्हावं, यासाठी इतरांनी एका ठराविक साच्यात वागावं, राहावं, काम करावं, हाच तर अट्टहास असतो आपला.

माझाच विचार बरोबर आहे, आणि सगळं काही त्यानुसारच असावं, मला वाटतं ते बरोबर आणि दुसरा करतो ते चूक, अशीच आपली भावना असते. त्यामुळे माझा आनंदही या गोष्टींवर आधारित होतो.

***सुरेश ओबेरॉय : मग नाती असतात कशासाठी? तुम्ही मित्रांवर अवलंबून नसता का? मला काही समस्या निर्माण झाली, तर तुम्ही मला मदत करावी, असं वाटणारच ना मला?***

***शिवानीदीदी :*** ते सगळं ठीक आहे. पण त्यामुळं माझी मनःस्थिती आनंदी किंवा दुःखी असणं हे दुसऱ्या व्यक्तीच्या वर्तणुकीवर आधारित होतं. समजा, तुम्ही काल संध्याकाळी मला फोन करणार होता आणि मी त्या फोनची वाट पाहत होते. पण तुम्ही फोन केला नाही आणि त्यामुळे मी दुखावली गेले. का? कारण माझा आनंद तुमच्या वर्तणुकीच्या अधीन झाला आहे.

***सुरेश ओबेरॉय : प्रामाणिकपणे सांगायचं तर ही गोष्ट मला तर स्वाभाविकच वाटते. समजा, माझ्या बायकोकडे इतरांशी बोलण्यासाठी वेळ आहे. पण ती मला फोन करत नसेल तर मी नक्कीच दुखावला जाईन.***

***शिवानीदीदी :*** पण तुमच्याकडे एक पर्याय असतोच कोणता पर्याय?

***सुरेश ओबेरॉय : तेच तर शिकायचं आहे मला.***

***शिवानीदीदी :*** तुम्हाला वाटतं तुमच्या पत्नीनं तुम्हाला फोन करायला पाहिजे

होता, पण तिनं केला नाही. असं झालं तरी मनातल्या नकारात्मक विचारांना दिशा देऊन तुम्ही स्वतःला स्थिर ठेवू शकता. 'माझी बायको एखाद्या महत्त्वाच्या कामात गुंतली असेल किंवा आत्ता माझ्याशी बोलावं, असं तिला वाटत नसेल...' असा विचार तुम्ही करू शकता.

***सुरेश ओबेरॉय : मला वाटतं, माझं उत्तर मला मिळालं. माझा मित्र मला त्याचा किस्सा सांगत होता की, तो घरी पोचला आणि त्याला आढळलं की दाराला कुलूप आहे. जीवनातील विविध घटकांवर साधक-बाधक चर्चा असलेल्या कुठल्याशा ज्ञानवर्धक परिसंवादात सहभागी होऊन तो घरी आला होता. आज जर तो त्याच्या नेहमीच्या मानसिकतेत असता, तर कदाचित रागारागानं त्यानं ते कुलूप तोडलं असतं. त्या परिसंवादाला हजेरी लावल्यानेही असेल कदाचित, पण त्यानं कुलूप न तोडता शेजारीच राहणाऱ्या त्याच्या मुलीचं घर गाठलं आणि तिच्याकडे ठेवलेल्या दुसऱ्या किल्लीनं दाराचं कुलूप उघडलं. तोवर त्याची बायकोही घरी आली. खरंतर, आधी तो तिच्याशी भांडायलाच सरसावला होता पण स्वतःला आवर घालत त्याने बायकोला 'कुठे होतीस' म्हणून विचारलं. तेव्हा त्याची बायको उत्तरली, की ती बाजारात गेली होती आणि तिनं तसं त्याला फोन करून कळवण्याचा प्रयत्नही केला होता. पण त्याचा फोन बंद होता. त्याला आठवलं, की परिसंवादाच्या वेळी त्यानंच त्याचा फोन बंद करून ठेवला होता. म्हणजे दोघांचंही वागणं योग्य होतं***; चूक कोणाचीच नव्हती.

***शिवानीदीदी :*** अगदी खरं आहे. प्रत्येकजण नेहमी योग्यच असतो. त्याचं वागणं योग्य असतं की नाही, हा प्रश्नच नाही. सर्वप्रथम मी नुसत्या आचारानंच नव्हे, तर अंतर्बाह्य योग्य असलं पाहिजे. यासाठी मला आधी माझी काळजी घेतली पाहिजे. हे तेव्हाच शक्य होईल, जेव्हा मी स्वतःला 'माझी मनःस्थिती इतरांवर अवलंबून असते' या मानसिकतेतून मुक्त करेन. आपल्या दुःखासाठी आपण किती लोकांना जबाबदार धरतो? प्रत्येकवेळी 'माझ्या दुःखाला इतर लोक जबाबदार आहेत, चूक त्यांची आहे, माझ्या जागी मी योग्यच आहे...' असं आपण स्वतःला सांगत राहतो. पण मला हे समजून घेतलं पाहिजे, की लोक त्यांचं काम करत असतात, कदाचित मला फसवतदेखील असतात. पण

त्यामुळे होणारी वेदना मीच निर्माण करते. समजा, तुम्ही माझे व्यावसायिक भागीदार आहात आणि तुम्ही मला फसवलंत, तर त्यामुळे मला वाटणारं दु:ख, द्वेष, वैरभावना ही सारी माझी निर्मिती आहे. तुम्ही नैतिकदृष्ट्या आणि व्यावहारिकदृष्ट्या मला फसवलंत. पण तुमची ताकद तिथेच संपली. बाहेरील कोणाचीही, मग तो तुमचा भागीदार असो, पत्नी असो वा मूल असो, त्यांची ताकद तिथेच संपते.

आपले विचार, भावना आणि प्रतिक्रिया ही फक्त आपलीच निवड असते.

***सुरेश ओबेरॉय : पण मला आतून रुखरुख वाटतेच... जे त्यानं केलं, त्याबद्दल त्याला धडा का नाही शिकवायचा?***

***शिवानीदीदी :*** समजा, तुमच्या भागीदाराने तुमची फसवणूक केली आणि तुम्ही भागीदारी बंद केलीत. पण आता तुम्हाला तुमचा भागीदार जो व्यवसाय करतो आहे, त्याच व्यवसायात उतरायचं आहे, तेही 'मला बाजारपेठेत त्याचा स्पर्धक म्हणून उतरायचं आहे आणि त्याचा सूड घ्यायचा आहे,' या भावनेने. मी जे करतो आहे, ते योग्यच आहे, असा तुमचा ठाम विश्वास आहे. तुमच्या भागीदाराने तुमच्याशी व्यवहार करताना नीतिमत्ता धाब्यावर बसवली आणि तुमचे संबंध संपुष्टात आले. त्याचं उट्टं काढण्यासाठी सूडभावनेनं तुम्ही नव्या व्यवसायात उतरत आहात. नवीन काम सुरू करताना अशाप्रकारची ताकद तुम्ही लावावी का, नव्या व्यवसायाची जबाबदारी स्वीकारताना तुमच्या विचारांची बैठक अशी असावी का, हे स्वत:ला विचारलं पाहिजे. तुम्हाला काय वाटावं आणि तुम्ही कसा विचार करावा, ही सर्वस्वी तुमची निवड आहे. स्वत:ला दु:ख द्यायचं का आणि किती काळ दु:खात राहायचं, हीदेखील तुमचीच निवड आहे. तुम्हाला या दुखावलेल्या अवस्थेत दहा मिनिटं राहायचं आहे, दहा दिवस राहायचं आहे, की दहा वर्षं राहायचं आहे, हीदेखील तुमचीच निवड आहे. अनेक वर्षे उलटून गेल्यावरदेखील झालेली घटना आठवून तुमच्या दु:खावर तुम्ही फुंकर घालू शकता. या सगळ्या भावनांचा निर्माता अन्य कोणी नसून फक्त तुम्हीच असता. अशा परिस्थितीमध्ये वेगवेगळ्या लोकांच्या वेगवेगळ्या प्रतिक्रियाही असू शकतात. म्हणून तुमच्या प्रतिसादाला देखील तुम्ही पडताळून पाहिलं पाहिजे.

***सुरेश ओबेरॉय : बायकोने फोन करावा, अशी माझी अपेक्षा असतानाही ती फोन करत नाही. कदाचित ती कामात असेल किंवा माझा फोन बंद असेल, पण माझं मन याच विचारांमध्ये गुरफटलेलं राहतं. याला काय म्हणायचं?***

***शिवानीदीदी :*** मन कोणाचं आहे?

***सुरेश ओबेरॉय : माझं...***

***शिवानीदीदी :*** मग विचार निर्माण कोण करत आहे?

***सुरेश ओबेरॉय : माझं मन, मी नाही.***

***शिवानीदीदी :*** पण ते मन कोणाचं आहे?

**सुरेश ओबेरॉय : माझं.**

***शिवानीदीदी :*** म्हणजेच विचार निर्माण कोण करत आहे?

***सुरेश ओबेरॉय : मी म्हणेन, माझं मन विचार निर्माण करतंय...***

***शिवानीदीदी :*** पण जर ते मन माझं आहे, तर मग विचार निर्माण कोण करतं? मीच. विचार निर्माण होत असताना तुम्ही स्वतःचं अवलोकन करून पाहा. 'तिनं मला फोन करायला हवा होता, मी तिच्या फोनची वाट बघत होतो...' हा विचार स्वस्थ राहून शांत मनाने असा बदलून पहा – 'तिला आत्ता माझ्याशी नसेल बोलावंसं वाटत, ही तिची निवड आहे...'

***सुरेश ओबेरॉय : पण माझ्याशी बोलून तिला आनंदच वाटला पाहिजे, असं माझं मन म्हणतं...***

***शिवानीदीदी :*** कारण लोकांनी माझ्यावर अवलंबून असणं मला आवडतं. मीसुद्धा अवलंबून असतेच. कारण हे नियंत्रण मला ताकदवान बनवतं. लोक माझ्यावर अवलंबून आहेत, ही कल्पना मला भावते, लोकांना माझ्यावर अवलंबून राहण्याने आनंद मिळतो, या गोष्टीने मी स्वतःला अधिकच ताकदवान समजू लागते. कारण मुळात मीच माझ्या आनंदासाठी इतरांवर अवलंबून असते. म्हणून मलाही वाटतं, की लोकांनी त्यांच्या आनंदासाठी माझ्यावर अवलंबून राहावं, जर तिच्याशी बोलल्याशिवाय मला आनंद होत

नाही तर माझ्याशी न बोलता ती आनंदी राहूच कशी शकते? आपण स्वतः सापळ्यात अडकलेलो आहोत आणि आपण इतरांनाही आपल्यावर अवलंबून राहायला लावून सापळ्यात अडकवतो आहोत. हा सापळा रचताना आपण तोंडानं मात्र म्हणत असतो की, माझी अपेक्षा ही प्रेमापोटी विश्वासापायी किंवा आदरासाठी आहे. पण प्रेम, विश्वास, आदर या गोष्टी बिनशर्त असतात.

***सुरेश ओबेरॉय : धन्यवाद शिवानीदीदी. तुम्ही अगदी योग्य बोललात. यावर आपण चिंतन करू.***

***शिवानीदीदी :*** स्वस्थ मनाने, शांत चित्ताने खालील चिंतन करा-

• • •

*माझे मित्र, कुटुंबीय, माझे सर्व निकटवर्तीय नेहमी तेच करतात, जे त्यांना योग्य वाटतं. त्यांचे शब्द, त्यांच्याकडून घडणारी कृती ही सर्वस्वी त्यांचीच निवड आहे. त्यांच्या वर्तणुकीवर माझा प्रतिसाद मुळीच अवलंबून नाही. माझ्यावर नियंत्रण आहे ते फक्त माझंच! मी इतरांच्या, परिस्थितीच्या मुळीच अधीन नाही. मी योग्य वेळी योग्य विचार करतो. मीच माझ्या मनाचा मालक आहे. मी स्वतंत्र आहे, मी समर्थ आहे... ॐ शांती!*

## आनंदाचा पासवर्ड

- जशी आपली मनोधारणा, तशी आपली जीवनपद्धती! त्यामुळेच आपण शिकत असलेल्या गोष्टींवर प्रयोग करायला हवेत जेणेकरून आपल्या जुनाट आणि चुकीच्या मतप्रणालींची चौकटच बदलली जाईल.
- ‘मला शांतीची गरजच नाही; कारण मीच शांतस्वरूप आहे. आता मी शांत राहीन आणि माझी बाह्य कर्मे करीन.’
- नवी श्रद्धाप्रणाली स्वीकारून पाहा. तिचा प्रयोग करून पाहा. जेव्हा तुम्हाला तिचे परिणाम दिसतील, तेव्हा ती सत्य ठरेल.
- मी शांतस्वरूप आहे, याचं भान ठेवूनच मी माझी प्रत्येक कृती करीन.
- असीम आनंद कधीही इतर लोकांवर, वस्तूंवर वा परिस्थितीवर अवलंबून नसतो, जोवर एखाद्याला स्वतःहून आनंदी होण्याची इच्छा नाही, तोवर कुणीही कुणाला आनंदी करू शकत नाही– ना मला कुणी, ना मी कुणाला!
- माझ्या पीडेला, दुःखाला, भीतीला वा क्रोधाला इतर कोणीही जबाबदार नाही. इतरांच्या वर्तणुकीला दिलेला हा प्रतिसाद मीच निर्माण केला आहे. याचवेळी माझ्याकडे आणखीही एक पर्याय उपलब्ध असतो– आनंदी राहण्याचा!

भाग २

# सजगतेची निवड

# सर्वप्रथम मी आनंदी असायला हवं

***सुरेश ओबेरॉय : शिवानीदीदी, माझ्या भावनांचं नियंत्रण माझ्याकडेच आहे, हे आता मला समजलं. त्यामुळे इथून पुढे मला इतरांवर दोषारोप करता येणार नाही. पण आपल्याला कोणी चुकीचं बोललं तरी प्रत्युत्तर न देता शांत राहावं, हे अजूनही थोडं समजायला कठीण वाटतंय. हे खरंच शक्य आहे का?***

***शिवानीदीदी :*** अशा वेळी आपण प्रतिक्रिया किंवा उत्तर देऊ नये, असं माझं मुळीच म्हणणं नाही. तुम्ही मला काही म्हणता आणि मी विचारशून्य, संवेदनाहीन, भावनाशून्य दगडी भिंतीसारखी उभी राहते! हे ठीक नाही. कोणत्या भावनेने, कोणत्या विचाराने आणि संवेदनेतून मी प्रतिक्रिया देणार, हा खरा सवाल आहे. मी प्रत्युत्तरच देणार नाही, असं नाही; प्रतिक्रिया म्हणजे उत्स्फूर्त प्रतिसाद. कधीकधी प्रतिक्रियेबद्दल आपल्याला पश्चात्ताप करावा लागतो. मला सांगा, आपण किती वेळा लोकांना 'मला माफ करा' असं म्हणायचं?

***सुरेश ओबेरॉय : मला तर अनेकदा पश्चात्ताप होतो.***

***शिवानीदीदी :*** कशाचा पश्चात्ताप होतो?

***सुरेश ओबेरॉय : उगाच प्रतिकार केला, असं वाटतं मला.***

***शिवानीदीदी :*** म्हणजेच प्रतिक्रियेबद्दल खेद वाटतो. तुम्ही विशिष्ट प्रकारे

वागता आणि त्यावर तत्काळ माझी प्रतिक्रिया उमटते. त्यामुळे नंतर दिलगिरी व्यक्त करावी लागते मला.

***सुरेश ओबेरॉय : कारण दुसरी व्यक्ती माझ्याशी जशी वागली, त्या तुलनेत माझी प्रतिक्रिया ही अतिशयोक्तीच असते.***

***शिवानीदीदी :*** हे प्रतिक्रियेच्या मोजमापाविषयी नाही, तर प्रतिक्रिया व्यक्त करताना मी सहज नसण्याबाबत आहे. साधारणपणे असं घडतं, की आपण प्रतिक्रिया मापतो, उदाहरणार्थ, तुम्ही आत्ता म्हणालात – अतिशयोक्ती. म्हणजेच आपण दुसऱ्या व्यक्तीच्या वर्तनानुसार आपल्या प्रतिक्रिया मापत असतो. तुम्ही माझ्यावर जोरात ओरडलात की, मी तुमच्यावर दुपटीने ओरडते. का? कारण आपलं वर्तन कायम अन्य व्यक्तींच्या अनुषंगाने होत असते. माझं व्यक्तित्व माझंच हवं, माझी प्रतिक्रिया फक्त माझीच हवी, माझी बोलण्याची पद्धतही दुसऱ्या व्यक्तीच्या प्रभावाशिवाय माझीच हवी. जर मला भेटणाऱ्या प्रत्येक व्यक्तीनुसार मी स्वतःला बदलत राहिले, तर अखेरीस माझं असं काही उरणारच नाही.

***सुरेश ओबेरॉय : एखादा माणूस तुम्हाला ओळख न दाखवता तसाच पुढे निघून जातो. तुम्ही म्हणता, ठीक आहे. त्याला जर ओळख दाखवण्याची इच्छा नाही, तर मी तरी ओळख का दाखवावी. मग अशा वेळी काय करावं?***

***शिवानीदीदी :*** असं समजू, की सौजन्य हा तुमचा गुण आहे. त्यामुळे तुम्ही इतरांशी नेहमीच चांगले आणि मित्रत्वाने वागता. हा तुमच्या व्यक्तित्वाचाच भाग आहे. तुम्ही चालला आहात आणि मला समोरून येताना पाहून तुम्ही प्रसन्नपणे 'सुप्रभात' म्हणण्यासाठी सज्ज होता. पण मी मात्र तुमच्यामधून आरपार पाहिल्यासारखा कटाक्ष टाकून तुम्हाला साधी ओळखही न देता पुढे निघून जाते. याक्षणी माझ्याकडून तुम्हाला थंड प्रतिसाद मिळतो, याचं कारण काहीही असेल. कदाचित तो माझा स्वभाव असेल, नाहीतर माझं काही बिनसलं असेल किंवा मी सौजन्यशील नसेनही. पण माझ्यामुळे तुम्हीदेखील तुमच्यातील सौजन्य वाऱ्यावर सोडता. नंतर आणखी एका भिन्न व्यक्तीशी तुमची गाठ पडते, जी तिसऱ्याच पद्धतीने तुमच्याशी वागते आणि तुम्ही तिचं चुकीचं वर्तन पाहून

चुकीचा प्रतिसाद देता. पुढे तुम्हाला एक व्यक्ती भेटते, जी तुमच्यावर ओरडते आणि तुम्ही तुमच्या स्वभावातील गोडवा सोडून देता. आपण इतरांमधील नकारात्मकता शोषून घेतो आणि आपले गुण सोडून देतो.

***सुरेश ओबेरॉय : मग माणसानं आपले चांगले गुण कसे बरे जपावेत?***

***शिवानीदीदी :*** 'मी म्हणजे एक आत्मा असून मी शांतस्वरूप आहे,' याचं भान ठेवलं तर आपल्यातले सद्‌गुण नेहमी जपता येतील. इतरांशी बोलताना जर हे भान जागृत असेल तर आपले सद्‌गुण जपले जातील.

***सुरेश ओबेरॉय : बरं. आता मी स्वतःला सांगत राहीन की, 'मला चिकित्सक न बनता, इतरांचं विश्लेषण न करता केवळ स्वतःचा स्वभाव जपायचा आहे.'***

***शिवानीदीदी :*** कितीसं अवघड आहे ते? माझा स्वभाव हा केवळ माझाच आहे- कसाही, कुठेही, कधीही!

***सुरेश ओबेरॉय : मेजवानीसाठी रेस्टॉरंटमध्ये जायच्या दिवशीदेखील आपण उपवास करू शकतो. त्याचप्रमाणे, आपण आज सौजन्याने वागण्याइतके निग्रही बनू शकतो.***

***शिवानीदीदी :*** अगदी बरोबर. एका दिवशी फक्त एकाच गुणाचा विचार करूया. दररोज एक सद्‌गुण निवडा आणि स्वतःला सांगा, 'सौजन्यशीलता हा माझा गुण आहे... विनम्रता हा माझा गुण आहे... गोड बोलणं हा माझा गुण आहे.'

***सुरेश ओबेरॉय : मी बऱ्याच लोकांना वेगवेगळ्या लोकांशी वेगवेगळे वर्तन करताना बघतो. काही लोक तर दुसऱ्या व्यक्तींशी, परक्या माणसांशी किंवा दुसऱ्याच्या बायकोशी जेवढे गोड बोलतात, तेवढे स्वतःच्या बायकोशी नाही बोलत. हा फरक का?***

***शिवानीदीदी :*** दिवसभरात आपण आपलं व्यक्तिमत्त्व एवढ्या वेळेस बदलतो, की आपला मूळ स्वभाव नेमका कसा आहे, हेच समजत नाही आपल्याला. जोडीदाराशी बोलताना आपण 'पाणी आण ग्लासभर' असं म्हणतो. दुसऱ्या माणसाशी बोलताना मात्र 'मला ग्लासभर पाणी मिळेल का?' असं विचारतो.

आता या दोन्हीपैकी माझा स्वभाव कोणता? अशा वेळी माणूस स्वतःच्या जोडीदाराला गृहीत धरत असतो. त्याला खूश ठेवण्याची जबाबदारी आपण पाळत नाही.

***सुरेश ओबेरॉय : यातलं कुठलं वागणं नकली म्हणायचं?***

***शिवानीदीदी :*** हे आपण स्वतःलाच विचारलं पाहिजे.

***सुरेश ओबेरॉय : तुम्हाला म्हणायचंय, की मी इतरांशी जसा बोलतो तसंच पत्नीशी बोललो तर तिला बरं वाटेल?***

***शिवानीदीदी :*** सर्वांत महत्त्वाचं म्हणजे तिच्याशी गोड बोलल्यामुळे तुम्हाला छान वाटेल. आपलं वागणं इतरांसाठी नसून आपल्यासाठी असतं. समोरच्याला आनंद व्हावा, म्हणून मी गोड बोलावं का? नाही. मला स्वतःला बरं वाटणार आहे, म्हणून मी प्रत्येकाशी गोड बोलायला हवं.

***सुरेश ओबेरॉय : अगदी लहानपणापासून मी माझ्या बहिणींना, भावांना, नातलगांना, सगळ्यांना बाहेरील लोकांसाठी काहीतरी करताना पाहत आलो आहे.***

***शिवानीदीदी :*** हे तर चांगलंच आहे. पण या वागण्याला अजून एक निकष जोडला पाहिजे. तो म्हणजे इतरांसाठी काही करण्यापूर्वी स्वतःची काळजी घेणं. असे अनेक लोक असतात, जे इतरांसाठी खूप करतात, पण त्या बदल्यात त्यांना काही मिळत नाही. मग ते जेव्हा निवांतपणे बसून या गोष्टीवर विचार करतात, तेव्हा म्हणतात, 'मी एवढं सगळं केलं इतरांसाठी... पण त्या बदल्यात मला काय मिळालं? काहीही नाही.' म्हणजे मला काहीतरी मिळावं, म्हणून मी इतरांसाठी काही करावं का?

***सुरेश ओबेरॉय : समजा, तुमच्या वाट्याला उपेक्षाच आली तर तुम्हाला कसं वाटेल?***

***शिवानीदीदी :*** सगळ्यात आधी मी हे तपासून घेतले पाहिजे की ते करताना मला कसं वाटलं? जर चांगलं वाटलं असेल, तर हरकत नाही. मग माझ्या पदरात उपेक्षा पडली असेल तरी ती खरी आहे का, हे मी जाणून घ्यावं.

***सुरेश ओबेरॉय : काल मला माझ्या भाचीने एक इ-मेल पाठवली. त्यात तिनं म्हटलं होतं, 'मामा, तू आमच्यासाठी कितीतरी केलंस, पण जेव्हा जेव्हा तू माझ्याशी कठोरपणे वागायचास तेव्हा मी तुझ्यावर नाराज व्हायचे.' तिनं पुढं एक-दोन घटनाही उद्धृत केल्या. त्यावर मी माझी भूमिका मांडली की, मी त्यावेळी माझा नाइलाज असायचा. पण खरंतर, ती म्हणाली ते बरोबरच आहे. थोडा कठोरच वागलो होतो मी.***

***शिवानीदीदी :*** याबद्दल तुम्ही दिलगिरी व्यक्त करताय, हे चांगलंच आहे. पण जेव्हा तुम्ही स्वतःचं अवलोकन केलंत, तेव्हाच हे होऊ शकलं. आपल्या कठोरपणाचं समर्थन करण्यासाठी मी केवळ सबबी सांगत राहिले, तर त्या सबबींची भलीमोठी यादी होईल. आपली दुर्बलता झाकायला आणि आपल्या अपुरेपणाबद्दल सबबी द्यायला फार आवडतं आपल्याला.

***सुरेश ओबेरॉय : इथं मी माझ्या मनालाही दोष देतो. मी काहीही करत नाही, माझं मन माझ्याशी खेळ करतंय, असं म्हणतो मी.***

***शिवानीदीदी :*** माझं मन हे माझंच आहे. ही माझी जबाबदारी आहे : मीच निर्माता आहे. आपण आपल्या मनाबद्दल असं बोलतो, जसं काही ते आपल्यापेक्षा वेगळंच आहे. माझं मन माझ्या ताब्यात नाही असं म्हणून आपण आपल्या मनाची जबाबदारी स्वीकारत नाही. एखाद्या पालकानं स्वतःच्याच मुलासमोर हात टेकावेत, असं आहे हे. कोणीतरी येऊन म्हणतं, 'तुमच्या मुलाचं वर्तन ठीक नाही.' तुम्ही उत्तरता, 'माझं मूल माझ्या हाताबाहेर गेलंय, कृपया तुम्हीच त्याची काळजी घ्या.' माझं माझ्या मनावर नियंत्रण नसल्याने मी तुमच्या मनावर नियंत्रण मिळवण्याची खटपट करते. तुम्ही मला आत्ता काही म्हणता आणि जर माझं मन माझ्या ताब्यात नसेल, तर मी तुमच्या मनावर ताबा मिळवण्याचा खटाटोप करते. मी तुम्हाला म्हणते, 'ही पद्धत आहे का बोलायची?' कारण मी माझ्या मनाला 'ही पद्धत आहे का विचार करायची?' हे म्हणू शकत नाही. त्यामुळे तुम्ही कसं बोलायला हवं, हे मी शिकवू लागते.

प्रत्येक नातेसंबंधात आपण कसा विचार करायचा आहे, काय वाटून घ्यायचं आहे, आणि कसं वागायचं आहे, हे काळजीपूर्वक तपासलं पाहिजे.

***सुरेश ओबेरॉय : मग प्रत्येक नात्याच्या संबंधाने मी कशा प्रकारे माझी भावना ठेवावी, कसा विचार करावा आणि कसं असावं?***

***शिवानीदीदी :*** इतर लोक काय म्हणतील आणि त्यांना काय वाटेल, याकडे फार लक्ष द्यायला नको. इतरांना खूष ठेवण्याकडेच आपलं सर्व लक्ष केंद्रित व्हायला नको.

***सुरेश ओबेरॉय : इतरांना खूश करणं म्हणजे स्वत:ची दमछाक करून घेणं.***

***शिवानीदीदी :*** पण हेच आपण रोज करत असतो, असं नाही का वाटत तुम्हाला? तुम्ही आनंदी असावं, माझ्या नवऱ्यानं आनंदी असावं, माझ्या मुलांनी आनंदी असावं, माझ्या सहकाऱ्यांनी आनंदी असावं, माझ्या आई-वडिलांनी आनंदी असावं, असं मला कायमच वाटतं. म्हणून मी तसंच वागत राहते, बोलत राहते आणि हे सगळं मी अगदी मनापासून करते. कारण ते आनंदी झाल्यानं मी आनंदी होणार असते.

***सुरेश ओबेरॉय : कधी कधी आपण याच्या विरूद्ध वागतो. मी म्हणतो, 'सोडून देऊ. मला कोणाच्याही आनंदात रस नाही. कोणी आनंदी आहे की नाही, याचं मला काही देणंघेणं नाही.' मग या दोहोंत संतुलन मी कसं राखू?***

***शिवानीदीदी :*** भारतात एखादी मुलगी जेव्हा लग्न करून तिच्या सासरी येते, तेव्हा सासरच्या मंडळींची कधीकधी अपेक्षा असते की, तिने तिची नोकरी सोडून घरी बसावं. त्यानुसार ज्यांनी नोकरी सोडून घरकामाला वाहून घेतलं आहे, अशा बऱ्याच महिलांना मी भेटले आहे. त्याचं कारण त्यांनी सांगितलं, 'माझ्या नवऱ्याला आणि सासरच्या लोकांना मी नोकरी करू नये असं वाटलं.' पुढे त्या हेही म्हणाल्या, 'त्यांना आनंदी ठेवण्यासाठी मी माझ्या करिअरवर पाणी सोडलं. या गोष्टीला आता वीस वर्षं उलटली, तरी अद्याप ही मंडळी नाखूषच आहेत. असं कसं?' त्या मुलींसमोर हे प्रश्नचिन्ह उभं राहतं. ही मुलगी जे शिकली, त्याच्यावर तिनं पाणी सोडलं, वीस वर्षं सासरच्या मंडळींसाठी ती घरी बसली, एवढा त्याग केला त्यांच्यासाठी. तरीही सासरची मंडळी नाराज आहेत म्हटल्यावर निराशा येणारच तिला.

नवविवाहिता बनून ती या घरात आली तेव्हा ती नोकरी न करता घर सांभाळणार असल्यानं सगळं घर आनंदी होणार असल्याचं चित्र उभं केलं गेलं तिच्यासमोर. म्हणून तिनं नोकरी सोडली. पण ती स्वतःच मनातून तिच्या या निर्णयावर नाखूष होती.

***सुरेश ओबेरॉय : सुनेनं नोकरी सोडल्यानं आपण आनंदी होऊ, असा विचार त्यांनी केला होता. पण त्यांच्या नाखुशीचं अन्य काही कारण असू शकेल.***

***शिवानीदीदी :*** अन्य काही कारण असूच शकत नाही त्यांच्या नाखुशीचं. ते आनंदी व्हावेत, म्हणून तिनं एवढं सगळं केलं, पण ज्या दिवशी हा निर्णय तिने घेतला, त्या दिवसापासून ती मुलगी आतून स्वतःच नाराज झाली. 'नोकरी की सासरच्या मंडळींचा आनंद', यातील दुसरा पर्याय निवडून ती या घरात वीस वर्षं राहिली. स्वतःला हवं होतं, म्हणून हा निर्णय तिनं घेतला नव्हता, त्यांना हवा होता म्हणून घेतला होता. आणि जर यात तिला आनंद वाटत नव्हता तर कोणत्या प्रकारची ऊर्जा तिनं उत्सर्जित केली असेल? ती मनातून कायम हेच म्हणत असेल, 'मी नाराज आहे, तुमच्यामुळे नाराज आहे.' मग आता सांगा, कसा आनंद मिळणार इतरांना?

***सुरेश ओबेरॉय : म्हणजे तिच्यातून उत्सर्जित होणाऱ्या नकारात्मक ऊर्जेमुळेच इतरांना आनंदी राहता येत नाही, असं म्हणणं आहे का तुमचं?***

***शिवानीदीदी :*** हेच तर रहस्य आहे या सगळ्यामागे! इतरांसाठी म्हणून काही केल्यानं ते आनंदी होऊ शकत नाहीत. त्यांच्यासाठी काही करण्याचा पर्याय जेव्हा मी निवडते, तेव्हा ती गोष्ट करताना मला आनंद वाटणार असल्याची आधी मी खातरजमा केली पाहिजे. अन्यथा मी तसं करता कामा नये.

***सुरेश ओबेरॉय : तुम्हाला आनंद होवो की दुःख, पण काही गोष्टी असतात ना, ज्या तुम्हाला कर्तव्य म्हणून पार पाडाव्याच लागतात?***

***शिवानीदीदी :*** तुम्ही त्या कृती जरूर कराल, पण त्यामुळे सकारात्मक ऊर्जेची देवाणघेवाण मुळीच होणार नाही. समजा, भेटवस्तू देणं हे माझं कर्तव्य आहे, म्हणून मी तुम्हाला भेटवस्तू देते. पण ती देताना मी जर मनातून उदासीन आणि

नाराज असेन, तर तुम्ही मिळालेल्या त्या भेटवस्तुमुळे आनंदी होऊ शकणार नाही. त्या भेटीसोबत देणाऱ्याची नकारात्मक ऊर्जादेखील तुम्हाला प्राप्त होत असल्याने तुम्ही त्या भेटवस्तूकडे बघतही नाही. म्हणजे मी हे तुमच्यासाठी केलं खरं, पण ते करताना कोणत्या प्रकारची ऊर्जा मी प्रसारीत करत होते? नातेसंबंध म्हणजे काही कृती नव्हेत, तर त्या कृती करताना आपण ज्या ऊर्जांची देवघेव करतो, ते म्हणजे नातेसंबंध. म्हणूनच जर एखादी कृती मी कर्तव्य म्हणून करणार असेन, तर मी ती का करत आहे, हे मी माझ्या मनाला आधी समजावलं पाहिजे आणि हेही सांगितलं पाहिजे, की हे लोक माझ्यासाठी महत्त्वाचे असल्याने मी ती पार पाडणार आहे. म्हणजे आपल्या प्रत्येक कृतीमागे एक योग्य विचार असावा आणि त्या कृतीला योग्य ऊर्जेची साथही असावी. अन्यथा ती कृती करू नये.

***सुरेश ओबेरॉय : कर्तव्याचा अर्थ काय?***

***शिवानीदीदी :*** कर्तव्याचा अर्थ उत्तरदायित्व अथवा जबाबदारी. आपण लोकांसमवेत राहतो आणि मी कसं असावं, मी काय करावं याबद्दल त्यांच्या माझ्याकडून काही अपेक्षा असतात. त्यांना आनंदी ठेवणं ही मी माझी शुद्ध इच्छा समजते आणि ती पूर्ण करणं ही माझी जबाबदारी. आणि म्हणूनच जी गोष्ट मी करावी अशी त्यांची अपेक्षा असते, ती गोष्ट मी करते. पण जर ती गोष्ट मी अप्रसन्न चित्तानं केली, तर त्या गोष्टीचे अपेक्षित परिणाम मला प्राप्त होणार नाहीत. या व्यतिरिक्त, ही गोष्ट मी त्यांच्यासाठी करतेय, अशी भावना ठेवल्याने त्यांनीही माझ्यासाठी काही करावं, अशी इच्छा माझ्या मनात निर्माण होते.

**सुरेश ओबेरॉय : हे समजणं अवघड वाटतंय मला.**

***शिवानीदीदी :*** याचं कारण म्हणजे आपलं लक्ष केवळ आपल्या कृतींवर केंद्रित आहे. दिवसभराच्या प्राथमिकतांकडे एकदा नजर टाका - आज मला हे करायचंय, आज मला ते करायचंय. पण फार क्वचित लोकांचं आपलं लक्ष 'मी असं असलं पाहिजे' याकडे असतं.

***सुरेश ओबेरॉय : गृहपाठाचे उदाहरण घेऊ. त्या अनुषंगाने मुलं म्हणतात, 'मला खूप काम करायचंय आज.' हे योग्य नाही?***

***शिवानीदीदी :*** हो. त्यांना अभ्यास करणं भागच आहे. पण तो करत असताना कोणत्या भावनेने करावा, याची काळजी घ्यावी लागेल. त्यावेळी त्यांच्या मनाला दिलासा वाटायला हवा, शांती आणि आनंद मिळायला हवा. समजा, मला इथून तिथे धावत जायचंय, तर तेवढं अंतर धावण्यासाठी मी निरोगी असायला हवं. जर मी निरोगी नसेन आणि मी धावायचा प्रयत्न केला, तर मला फार थकवा येईल, त्रास होईल आणि ही परिस्थिती माझ्यासाठी संघर्षाची होईल. म्हणूनच जेव्हा मी भावनिकदृष्ट्या निरोगी असते, तेव्हा मी जे काही करेन, ते सुंदरच असेल.

***सुरेश ओबेरॉय : मग मी भावनिकदृष्ट्या निरोगी कसं राहावं?***

***शिवानीदीदी :*** ही महत्त्वाची बाब आहे. इथं हे समजून घेणं अत्यंत महत्त्वाचं आहे की, आपल्या जीवनाशी निगडीत असलेली ही बाब आपण कायम गृहीत धरतो. ती आपोआप घडेल, अशी आपली धारणा असते. इतर लोक त्याबाबत काळजी घेतील, असा आपला ग्रह असतो. तुम्हाला आनंदी करणं ही माझी जबाबदारी आणि मला आनंदी करणं ही तुमची जबाबदारी, असंच आपण मानतो.

***सुरेश ओबेरॉय : बऱ्याचदा लोकांकडून मला ऐकायला मिळतं. ते म्हणतात, 'एकदा माझं लग्न झालं की मी सुखी होईन. मी वैतागलो माझ्या आईला आणि माझ्या भावाबहिणींना!' – पण पुढे होतं मात्र असं की लग्न होऊनसुद्धा ते आनंदी होत नाहीतच, ते तसेच राहतात. म्हणूनच मी तुम्हाला हा प्रश्न केला की, भावनिकदृष्ट्या संतुलित आणि दृढ राहण्यासाठी काय करावं? कोणत्याही परिस्थितीत आनंदी कसं राहावं?'***

***शिवानीदीदी :*** असेही काही लोक असतात, वैवाहिक आयुष्यात आनंद न मिळाल्यानं विवाहबाह्य संबंध ठेवतात.

***सुरेश ओबेरॉय : पुढे तो संबंधही ते तोडतात आणि तिसरीकडे जातात.***

***शिवानीदीदी :*** याचं कारण म्हणजे, आनंद हा अन्य व्यक्तींकडूनच मिळेल, असा आपला ठाम विश्वास असतो. मग आपण आयुष्यभर बाहेरच आनंद शोधत राहतो.

***सुरेश ओबेरॉय : अंतिमतः आपण या निष्कर्षाप्रत येतो की बाहेरून आपल्याकडे आनंद येणं अशक्य आहे. तो मिळवण्यासाठी आपण खूप प्रयत्न केले, पण आपली दिशा चुकली. आपण देवळात गेलो, समाजकार्य केलं, शॉपिंग केलं, चित्रपट पाहिले, पार्ट्या, दारू पिणं, हेदेखील करून पाहिलं. प्रत्येकवेळी 'यामुळे मी आनंदी होईन', या भावनेनं हे सगळं केलं. आता मात्र उलटच्या दिशेनं प्रयत्न करायला हवा, हे आपल्याला कळून चुकलं आहे.***

***शिवानीदीदी :*** आपण आपलं मन दुसऱ्या ठिकाणी वळवतो तेव्हा काय होतं? समजा, मी टीव्हीवर एखादा कार्यक्रम अथवा चित्रपट मन लावून पाहते आहे. तेव्हा काय होतं? तत्पूर्वी माझ्या मनात जे काही चाललं होतं, ते थोड्या काळासाठी का होईना, निघून जातं. समजा, तुमची दाढ दुखत आहे आणि तुम्ही एखादा चित्रपट पाहू लागलात, तर थोड्या वेळाने तुम्हाला तुमच्या दाढदुखीचं विस्मरण होतं आणि तुम्ही मन लावून चित्रपट बघू लागता. टीव्ही बंद होताच पुन्हा तुमची दाढ ठणकू लागते. म्हणजे नेमकं काय होतं? चित्रपट बघत असताना तुमची दाढदुखी बरी झाली आणि पुन्हा सुरू झाली, असं झालं का? तर तसं नक्कीच होत नाही. टीव्ही बघतानाही तुमची दाढ दुखत होती, पण तुमचं मन त्या वेदनेपासून विचलित होऊन त्यावेळी अन्य ठिकाणी वेधलं गेलं होतं. माझा दात दुखतो आहे, याची मला जाणीव होते. ती नेमकी कोणाला होते? माझ्या मनाला. मग मी माझ्या मनाला अन्य ठिकाणी गुंतवते, मग ते एखाद्याशी संभाषण असेल, शॉपिंग असेल किंवा टीव्हीवरचा कार्यक्रम असेल. तेवढा वेळ माझी वेदना निघून गेल्यासारखं मला वाटतं. ती गेलेली नसतेच. ती असते, फक्त मला तिची जाणीव होत नाही. मात्र टीव्ही बंद होताच ती मला पुन्हा जाणवू लागते. हे झालं शारीरिक व्यथेबाबत, पण भावनिक व्यथेसंदर्भातदेखील हेच लागू होतं. माझा आजचा दिवस दगदगीचा गेलेला असतो, दिवसभर मी तणावग्रस्त आणि चिंताग्रस्तपणे वावरत असते. म्हणून मी म्हणते, चला एखादा छानसा चित्रपट बघू. एक दिवस सुटी घेऊ किंवा पंधरा दिवसांची रजा घेऊन सगळ्यापासून कुठेतरी दूर निघून जाऊ.

***सुरेश ओबेरॉय : हा पलायनवाद झाला का?***

***शिवानीदीदी :*** हा मनाला एका ठिकाणावरून अन्य ठिकाणी नेण्याचा तात्पुरता प्रयत्न असतो.

***सुरेश ओबेरॉय : मग याला 'तात्पुरता आनंद' म्हणता येईल का आपल्याला?***

***शिवानीदीदी :*** आनंद नाही म्हणता येणार. याला सत्यापासून मनाचं तात्पुरतं दूर सरणं म्हणता येईल. हा आनंद नाही याचं कारण काही काळाने आपण फिरून पुन्हा त्या वेदनेकडेच येतो. ती वेदना कायमची निवारली गेली असती, तर त्याला आपण आनंद म्हणू शकलो असतो. पण तुमची दाढदुखी कायमची बरी झालेली नसते, थोडा काळ तुम्हाला दु:खाची जाणीव होत नाही, एवढंच.

***सुरेश ओबेरॉय : मग आपण सुट्टीवर जाणं, सहलीला जाणं, चित्रपट बघणं हे सारं का करतो?***

***शिवानीदीदी :*** हा बदल आहे, मनोरंजन आहे. नित्यक्रमापेक्षा काहीतरी वेगळं आहे.

***सुरेश ओबेरॉय : शिवानीदीदी, आपल्या वाचकांना ध्यानासंबंधी सांगा ना, जेणेकरून आनंदासाठी इतरांवर अवलंबून न राहता बारा महिने, चोवीस तास ते विनासायास आनंद प्राप्त करू शकतील.***

***शिवानीदीदी :*** आपल्या विचारांप्रती सजगता असावी. आनंदासाठी मनाला इतरत्र भरकटू न देण्यासाठी आपण प्रयत्नशील असावं. आनंदासाठी आपल्या मनाला भरकटू देऊन आपण आपल्या अंतर्मनाला दडपून ठेवतो. आपलं लक्ष दु:खावरून, त्रासावरून इतरत्र विचलीत होतं आणि काही वेळानं पुन्हा माघारी येतं, तेव्हा आपल्या मनाचे सर्व खेळ पुन्हा सुरू होतात. आपल्या वेदनांमध्ये वाढ होते. म्हणूनच मला माझ्या मनावर नियंत्रण मिळवलं पाहिजे. सुट्टीवर किंवा सहलीला जाणं हा या समस्येवरचा तोडगा नाही, तर हे समस्येपासून दूर पळणं आहे हे मी माझ्या मनाला समजावलं पाहिजे. शिवाय समस्येपासून पळून पळून तरी किती पळणार मी? सुट्टीवर किती दिवस राहू शकतो आपण? कधी न कधी मला माझ्या कामावर परतावंच लागतं.

• • •

स्वस्थ चित्ताने या विचारांवर चिंतन करा :

*चला स्वतःचं अवलोकन करूया... उद्या मी कामाच्या ठिकाणी कोणत्याही परिस्थितीत कोणालाही दोष देणार नाही... कोणालाही जबाबदार धरणार नाही... कारण माझ्या भावनांची मीच निर्माती आहे, हे मला कळून चुकलंय... इतरांमुळे असं झालं, असं जर माझ्या मनाने म्हटलं, तर तत्क्षणी थांबून मला स्वतःकडे पाहू दे... मी अन्य मार्गांनी प्रतिसाद देऊ शकले असते का, याचा मला विचार करू दे... माझा स्वभाव आणि व्यक्तिमत्त्व कसं आहे... इतरांच्या वर्तनाचा व व्यक्तिमत्त्वांचा त्यावर प्रभाव पडू नये... माझ्या सभोवती कोणत्याही घटना घडू देत... माझ्या गुणांचा विकास होतच राहतो... ॐ शांती!*

## आनंदाचा पासवर्ड

- माझे प्रतिसाद हे माझ्या स्वभावानुसार उमटतात, इतर व्यक्तींच्या वर्तनामुळे नव्हे.
- आपले विचार आणि वर्तणूक या बाबी इतरांसाठी महत्त्वाच्या नसून प्रथमतः स्वतःसाठीच अधिक महत्त्वपूर्ण आहेत कारण त्यांचा प्रभाव आधी आपल्यावरच पडत असतो.
- 'इतरांमध्ये परिवर्तन घडवून मी स्वतःच्या विचारांवर ताबा मिळवेन', असा विचार करण्यापेक्षा किंवा इतरांनी बदलावं यासाठी खटाटोप करण्यापेक्षा, आपण स्वतःच्या मनावरच नियंत्रण ठेवायला हवं.
- प्रत्येक नात्यानुसार आपण कसं असावं, आपल्या काय भावना असाव्यात, आपले विचार कसे असावेत याची आपण जाणीवपूर्वक निवड केली पाहिजे. इतरांना आनंदी केल्यानं आपण आनंदी होऊ, या विचाराने आपण कायम इतरांना खूष ठेवण्यास झटत असतो.
- जेव्हा आपण इतरांसाठी काही करतो, तेव्हा एक गोष्ट लक्षात ठेवली पाहिजे. ती म्हणजे, हे सर्व आपण आपल्यासाठीच करत आहोत कारण ते लोक आपल्या दृष्टीनं महत्त्वाचे आहेत. या विचारामुळेच आपण आनंदी होऊ शकू.
- समस्येवरून लक्ष काढून ते टीव्ही बघणं, शॉपिंग करणं आदी गोष्टींवर केंद्रित करून आपण दुःखापासून तात्पुरती सुटका करून घेतो. परंतु त्यामुळे दुःखमुक्ती शक्य नसते.

# तुमच्या आत आहे, 'आनंदाचा खजिना'

***सुरेश ओबेरॉय : मी कुठेतरी वाचलं आहे की शांती आणि आनंद हातात हात घालून येतात. त्या लेखकानं पुढं लिहिलं होतं की, बालकाच्या निरागस हास्यामध्ये शांती झळकते, मातेच्या कोमल स्पर्शातून शांती अनुभवास येते, तिचा कोणत्याही धर्माशी वा देवाशी काहीही संबंध नसतो, तिचा संबंध केवळ आपल्या मन:स्थितीशी असतो.***

***शिवानीदीदी :*** अगदी बरोबर. या दोन्ही उदाहरणांमधून लेखकानं अस्तित्वाच्या स्पंदनांविषयी भाष्य केलं आहे. बालकाच्या निरागस हास्यातून निरागसता आणि शुचिता यांचे झंकार उमटतात आणि मातेच्या कोमल स्पर्शातून विशुद्ध प्रेमाचा आणि निखळ स्वीकाराचा अनुभव येतो. या दोन्ही भावना अनुभवताना आपण शक्तीच्या, ऊर्जेच्या स्पंदनांचा अनुभव घेत असतो, त्यामुळे तिथे शांती अवतरते. जिथे शांती तिथे आनंद ओघाने आलाच.

***सुरेश ओबेरॉय : आई आणि बालकासाठी ते सहज, स्वाभाविक आहे; पण इतरांना त्यासाठी परिश्रम घ्यावे लागतात.***

***शिवानीदीदी :*** गोष्टी स्वाभाविकपणे करता याव्यात, यासाठीच आहे हे सगळं. आपण कोणासाठी काही करण्याचा प्रयत्न करतो, तेव्हा कष्ट होतात. ते नैसर्गिक तेव्हाच वाटतं, जेव्हा आपण स्वाभाविकपणे कृती करतो. तुम्ही

आनंदी व्हाल, या विचाराने मी काही करू लागले तर ते प्रयत्न ठरतात, पण जेव्हा ती कृती मी स्वत:शी अतिशय प्रामाणिक राहून करते, तेव्हा ती स्वाभाविक होते.

***सुरेश ओबेरॉय : म्हणजे तुम्ही म्हणता की आपण आपल्या स्वाभाविक अवस्थेत असू, तर प्रेमाचा, शांतीचा आणि आनंदाचा अनुभवदेखील घेऊ शकू.***

***शिवानीदीदी :*** होय, पण त्यासाठी हे सर्व माझे स्वाभाविक गुणधर्म आहेत, याबाबत सजगता झाली पाहिजे. हे असे गुण नाहीत, जे काही केल्यानंतरच मी प्राप्त करू शकते, तो माझा स्व-भाव असतो, माझ्यातील स्वाभाविक संस्कार असतात. त्यांचा कुठेही बाहेर शोध घेत न बसता, 'हे माझं मूळ स्वरूप आहे,' ही आठवण कायम ठेवायची असते.

***सुरेश ओबेरॉय : आजवरच्या आयुष्यात बऱ्याच लोकांना एवढंच बोलताना मी ऐकत आलो – 'माझा जन्म जानेवारीचा, मी सिंह राशीचा, मी वृषभ राशीचा, मी अमुक-अमुक. मी तापट स्वभावाचा आहे, माझा नवरा अमुक राशीचा असल्यानं तापट आहे. माझी बायको या तारखेला, या तिथीला जन्मली. त्यामुळे गोड आहे.' प्रत्येक गोष्टीचा संबंध जन्मतारखेशी जोडायचा आणि सुलभपणे म्हणायचं, 'मी असा आहे.' पण आपल्याला समजून घ्यावं लागेल की हे चुकीचं आहे.***

***शिवानीदीदी :*** आपल्याकडे एक सुंदर शब्द आहे – 'संस्कार'! संस्कार म्हणजे आपल्या व्यक्तित्वाचं लक्षण. प्रत्येक व्यक्तीमध्ये पाच प्रकारचे संस्कार असतात, जे त्या व्यक्तीची खरी ओळख होण्यासाठी महत्त्वाचे ठरतात, कारण प्रत्येक व्यक्ती त्या पाच प्रकारच्या संस्कारांनी बनलेली असते. यातील पहिला गट हा कौटुंबिक संस्कारांचा असतो. आपण कायम आपल्या कुटुंबसदस्यांच्या स्पंदनांच्या छायेत वावरत असल्याने त्या शक्तीचा आपल्यावर आपोआप प्रभाव पडतो. दुसऱ्या गटातील संस्कार आपल्या आजूबाजूच्या परिस्थितीतून, म्हणजेच माझा देश, माझा धर्म, माझी जात, नगर, शाळा, माझे मित्र इत्यादींमधून आपल्यावर होतात. हे तर आपण कायमच ऐकत आलो आहे की संगतीचा रंग लागल्याशिवाय राहत नाही. तुम

च्या आजूबाजूची परिस्थिती, तुम्हाला वेढून असणारी तुमच्या आजूबाजूची ऊर्जा तुमच्यावर संस्कार करतेच.

संस्कारांचा तिसरा प्रकार म्हणजे भूतकालीन संस्कार. जेव्हा मला समजते की मी एक आत्मा असल्याने, मी अमर्त्य असून केवळ शरीररूपी वस्त्र बदलते आणि माझा प्रवास प्रत्येक वस्त्रागणिक सुरूच असतो. गतपोशाखांमध्ये मी काही संस्कारसंच निर्माण केले आहेत. आज मी या पेहेरावात आहे, अनेक कृती करत आहे, त्या कृतींचा माझ्यावर एक निश्चित ठसाही उमटत आहे, म्हणजेच माझ्यावर एक संस्कार घडत आहे. अखेरीस देह गळून पडतो, पण संस्कार मात्र पुसले जात नाहीत, जसे एखाद्या सीडीवर गाणी ध्वनिमुद्रित केल्यावर जर ती सीडी दुसऱ्या प्लेअरमध्ये टाकली तरी तिच्यावरील गाणी तशीच शाबूत राहतात.

***सुरेश ओबेरॉय : गतजन्म बाजूला ठेवूया आपण, कारण किती लोक यावर विश्वास ठेवतात, हे ठाऊक नाही.***

***शिवानीदीदी :*** आपला विश्वास नाही, कारण आपण स्वतःच अनेक संघर्षांमध्ये अडकलो आहोत, ही गोष्ट आपल्याला समजत नाही. कुटुंबात सगळ्यांत मोठं द्वंद्व हे असतं की, पालकांना त्यांची सगळी मुलं अगदी सारखीच असावीत अशी अपेक्षा असते. 'मी माझ्या दोन्ही मुलांना जर सारखंच वाढवलं, तर त्यांच्यामध्ये फरक का पडावा?' हा त्यांच्यासमोरील प्रश्न असतो. पालक तेच, कुटुंब तेच, कुटुंबातील वातावरणही तेच असताना सर्व मुलांवर सारखेच संस्कार होणं त्यांना अपेक्षित असतं. जर ही दोन्ही मुलं जुळी असतील, म्हणजेच एकाच तारखेला आणि एकाच ठिकाणी जन्माला आली असतील, एकाच राशीची, एकाच शाळेत आणि वर्गात शिकणारी, एकाच वातावरणात वाढवली गेली असतील तरी त्यांची व्यक्तिमत्त्वं मात्र भिन्न असतात. याचं कारण आहे की, काही काळापूर्वी ते दोघेही जेव्हा वेगळ्या देहांमध्ये वास करत होते, तेव्हा त्यांची कुटुंबं वेगवेगळी होती, इतकंच काय, तर त्यांचे देश वेगवेगळे होते आणि त्यांच्या आजूबाजूची परिस्थितीही वेगवेगळी होती. म्हणजेच त्यांचा गतजन्म वेगळा असून तो सोबत बाळगत ते दोघं वावरत आहेत. पूर्वजन्मीच्या या संस्कारांना आपल्याला कमी लेखता येणार नाही. कारण वर्तमान ठरवण्यात याच घटकाची मुख्य भूमिका असते. आपल्याला

व्यक्तींची खरी ओळख करून घेता येत नाही, कारण आपण त्यांचा फक्त वर्तमान देह बघत असतो, स्वतःसोबत त्यांचा भूतकाळही ते घेऊन वावरतात, हे आपल्याला उमजून येत नाही.

***सुरेश ओबेरॉय : हा पालकांसाठी फारच उपयुक्त सल्ला आहे, यामुळे त्यांना त्यांच्या मुलांना नीट समजून घेता येईल.***

***शिवानीदीदी :*** आपण मुलांना कायम हेच म्हणत असतो, 'अरे बघ जरा तुझ्या भावाकडे, त्याच्यासारखं वाग.' आपण समजूनच घेत नाही की, ती दोन भिन्न व्यक्तिमत्त्वं आहेत. वेगवेगळे ध्वनिमुद्रण केलेल्या दोन वेगळ्या सीडीज घरी आणल्या आहेत आणि आपण त्यातल्या एकीला दुसऱ्या सीडीसारखं बनवण्याचा वृथा खटाटोप करतो, असंच आहे हे.

***सुरेश ओबेरॉय : काही आया मुलांना म्हणतात, 'जरा त्या दुसऱ्या मुलाकडे बघ की. तो कसा आणि तू कसा! माझ्याच पोटी तू जन्माला आलास का, याची आता मला शंका येऊ लागली आहे. तुझा जन्म झाल्यावर हॉस्पिटलमध्ये तुझी अदलाबदल झाली की काय!' हे ऐकल्यावर त्या मुलाला किती वाईट वाटत असेल!***

***शिवानीदीदी :*** आपण न केलेले संस्कार या मुलामध्ये आले कुठून हे आईला समजू शकत नाही आणि अर्थात त्या मुलालाही हे फार त्रासदायक होतं. कारण त्या बिचाऱ्याला हे कळत नसतं, की आपल्यात हे संस्कार आले कसे? उदाहरणार्थ, एखाद्या मुलात गतजन्मापासून आलेले चोरीचे संस्कार असतील तर श्रीमंत कुटुंबात जन्म घेऊन, सर्व सुविधा उपलब्ध असूनही तो शाळेत दुसऱ्या मुलाची पेन्सिल चोरतो. हे तो काही तर्कशुद्धपणे करत नसतो. ही त्याची सहज प्रवृत्ती असते. याचाच अर्थ ते अस्तित्व किंवा आत्मा नवा जन्म घेतो, तेव्हा मूळचे काही संस्कारही बरोबर आणतो. आपण जेव्हा सजग नसतो, तेव्हा हे संस्कार आपोआप प्रकट होतात आणि कृती घडवतात.

***सुरेश ओबेरॉय : शिवानीदीदी, सजगतेची इतकी उच्च पातळी गाठणं अवघड आहे. कारण घटना आणि माझी प्रतिक्रिया यात मुळातच इतकं कमी अंतर असतं, की मी अशाप्रकारे प्रतिक्रिया देऊ नये, हे त्यावेळी मला आठवावं तरी कसं? मी अशा काही गुरूंना पाहिलं आहे, की त्यांच्यासमोर***

***दिवाळीतील फटाका जरी वाजवला तरी त्यांची पापणीही लवायची नाही. या अवस्थेपर्यंत आम्ही कसं पोचणार?***

***शिवानीदीदी :*** एकाग्रतेनं आणि सरावानं हे निश्चित साध्य करता येतं. पूर्वी, मी जेव्हा कार्यशाळा घ्यायचे, तेव्हा मी कोणाचा मोबाइल वाजला तरी अस्वस्थ होत असे. चित्ताच्या स्थिरतेबद्दल बोलत असताना मी स्वत:च चित्तानं अस्थिर झालेली असायची.

***सुरेश ओबेरॉय : म्हणजे हे आपल्याला मुंगीच्या पावलांनीच साध्य होतं का? पूर्वी तुमची शांती ढळायची, मग हळूहळू तुम्ही म्हणू लागलात, 'ठीक आहे, हे लोकच असे आहेत.' नंतर पुढे तुम्हाला लोक तसे आहेत याची फिकीर वाटेनाशी झाली आणि तुमची एकाग्रताही अभंग राहू लागली. आपण पायऱ्या पायऱ्यांनी प्रगती करत जातो का? म्हणजे एखाद्याला तुमच्या पातळीवर थेट पोचणं अवघडच आहे, त्याने टप्प्याटप्प्याने प्रगती केली पाहिजे, असंच ना?***

***शिवानीदीदी :*** काही लोक म्हणतील, यासाठी अनेक वर्षांचा काळ जावा लागतो. पण असं अजिबात नाही. गरज असते ती जागृतीच्या एका विचाराची. नाहीतर एका मोबाइल फोनमुळे मी आयुष्यभर त्रासू शकते. आयुष्यभर आपण आपल्या भोवती वाजणाऱ्या मोबाइलमुळे अस्वस्थ होत जगू शकतो.

***सुरेश ओबेरॉय : जागृतीचा एक विचार म्हणजे नेमकं काय?***

***शिवानीदीदी :*** मोबाइलच्या एका क्षुद्र रिंगटोनला माझं मन क्षुब्ध करण्याची परवानगी मी कशी देऊ शकते? हा झाला तो एकच विचार!

या क्षणी मी समोरच्या व्यक्तीबद्दल विचार करत नसते. कारण माझं लक्ष विचलित करणारा केवळ तो रिंगटोन नाही, तर तो ऐकताच निर्माण झालेले माझे विचार असतात, 'हे लोक त्यांचे मोबाइल बंद का नाही करून ठेवत? हा एक सार्वजनिक कार्यक्रम आहे हे कळू नये का त्यांना? अशावेळी मोबाइल बंद ठेवणं हा साधा शिष्टाचार त्यांना पाळता येऊ नये?' हा विचार मला क्षुब्ध करतो. म्हणजे मला चीड आणायला कारणीभूत तो रिंगटोन नव्हता, तर त्या रिंगटोनला प्रतिसादात्मक विचार होता. रिंगटोन हे फक्त एक निमित्त होतं.

मला त्रास देणारं नेमकं काय आहे, याची मला ओळख पटली पाहिजे. मला त्रास देणारे माझेच विचार असतात. 'त्यांनी मोबाइल बंद करून ठेवावा' हा जो माझा विचार आहे तो मी आता बदलते आणि म्हणते, 'मोबाइल चालू ठेवावा की बंद, ही संपूर्णतः त्यांची निवड आहे आणि त्यांच्या निवडीचा मी आदर करते.'

***सुरेश ओबेरॉय : पूर्वी सेटवर माझा प्रवेश चालला असताना माझ्या पुढ्यातून कोणी साधं चालत जरी असलं, तरी मी विचलित होत असे. पण आता मात्र मी हे स्वीकारतो. माझ्या आजूबाजूला कितीही वर्दळ असली तरी ती स्वीकारायला मी शिकतो आहे.***

***शिवानीदीदी :*** आणि इथेच आपल्या संस्कारांचा चौथा गट आपण तयार करतो. माझी चिडचिड होणं हा माझ्या भूतकालीन संस्कारांपैकी एक संस्कार होता, जो गतजन्मातील असेल नाहीतर सद्यःस्थितीतूनही तो मी निर्माण केला असेल. हा संस्कार आपण सजगतेने बदलूही शकतो. याला आपल्या मनोबलानं संस्कार निर्माण करणं म्हणतात. या संस्कारांच्या द्वारे, 'ही माझी जुनी खोड आहे आणि ती मी नाही बदलू शकत' अशाप्रकारे स्वतःलाच दूषणं देणं आपण टाळू शकतो. म्हणजे हा सजगतेविषयीचा संस्कार आहे, असं म्हणता येईल.

***सुरेश ओबेरॉय : म्हणजे सजगता असेल तर मनोबल प्राप्त होतं, असं तुम्हाला म्हणायचं आहे का?***

***शिवानीदीदी :*** होय. नवीन संस्कारांच्या निर्मितीसाठी मी माझं मनोबल वापरते. जेव्हा जेव्हा मी म्हणते, की हे तुझ्यामुळे झालं, अमुक कारणाने मी विचलित झाले, तेव्हा हेच स्पष्ट होतं की मी पुरेशी मजबूत नाही आणि इतर लोक माझ्यापेक्षा वरचढ आहेत. मनोबल म्हणजे माझ्या मनानुसार मला निवड करण्याची, विचार करण्याची, घडण्याची आणि कृती करण्याची क्षमता आणि अधिकार असणं. आणि जेव्हा या ताकदीचा मी वापर करते तेव्हा ते होतं माझं मनोबल. बऱ्याचदा आपल्याला वाटतं, की आपल्याकडे मनोबल नाही, पण तसं नसतं. मनोबल प्रत्येकाकडे असतं. इतकंच काय तर, प्रत्येकाकडे ते समानच असतं. पण त्यातल्या किती बलाचा आपण वापर करतो आणि किती वेळा स्वतःला शांत ठेवत इतरांना दोष देण्यापासून स्वतःला आवरतो, यावर

ते अवलंबून असतं. कारण आपल्या बलाचा वापर करायचं टाळून आपणच आपल्याला हतबल करत असतो.

***सुरेश ओबेरॉय : मला एकजण भेटला होता. त्यानं त्याचं तीस वर्षांपासूनचं दारूचं व्यसन अवघ्या दोन दिवसांत सोडलं. मग माझ्याकडेही त्याच्याइतकंच मनोबल आहे, असं तुमचं म्हणणं आहे का? आणि जर तुमचं उत्तर 'होय' असेल, तर मग ते काय आहे, जे मला माझ्या मनोबलाची जाणीव होण्यापासून दूर ठेवतं किंवा त्याचा वापर करण्यापासून मला थांबवतं?***

***शिवानीदीदी :*** उत्तर सोपं आहे, मीच माझ्या सद्गुणांचा वापर करत नाही. सद्गुणांचा वापर झाला तरच त्यांचा फायदा होतो.

***सुरेश ओबेरॉय : पण माझ्याकडे मुळात एखादा गुण आहे की नाही, हेच मला ठाऊक नसेल तर? मग मला त्या सद्गुणाचा वापर कसा होतो हेच ठाऊक नसणार.***

***शिवानीदीदी :*** म्हणून तर आपण शिकत असतो ना! जीवनाच्या एका विशिष्ट क्षेत्रावर आपण आपलं लक्ष केंद्रित करायला सुरुवात करणार आहोत. जर आपण म्हणालो, की मला नाही वेळ अध्यात्मासाठी आणि ध्यानासाठी, तर आपण आपल्याकडे असलेल्या सामर्थ्याचा वापर न करण्याची निवड केली आहे असा त्याचा अर्थ होतो. म्हणजेच आपल्याकडील उपलब्ध आयुधांचा वापर न करण्याची आपण निवड करतो.

हे असं झालं, की माझ्या तिजोरीत गडगंज संपत्ती भरलेली आहे, पण दार उघडून त्या संपत्तीचा स्वतःसाठी वा इतरांसाठी वापर करण्याचंच मी नाकारते. मला प्रेम हवं, शांती हवी, मला आनंद हवा म्हणून मी इतरांपुढे हात पसरते, कारण माझी तिजोरी उघडण्यासाठी माझ्याकडे वेळ नाही आणि त्या तिजोरीतला ऐवज स्वतःसाठी वा इतरांसाठी वापरण्यात मला स्वारस्य नाही.

***सुरेश ओबेरॉय : म्हणजे ध्यान ही तुमची तिजोरी का?***

***शिवानीदीदी :*** ती तर आपल्या मनातच असते, त्याची किल्लीही आपल्यापाशी असते आणि ते दार उघडावं कसं हे फक्त आपणच जाणतो.

***सुरेश ओबेरॉय : म्हणजे ती तिजोरी उघडण्यासाठी आणि माझं मनोबल वाढवण्यासाठी मला इतर कोणाकडे जाण्याची गरज नसते.***

***शिवानीदीदी :*** समजा, आपण गेलो तर दार उघडावं कसं याबाबत कोणी मार्गदर्शन करेलही, पण कुणीही ते दार आपल्याला आयतं उघडून देणार नाही. आता तुमच्यापाशी मनोबल असल्याची जाणीव तुम्हाला कोणी करून देईल, पण ते कार्यान्वित करणं दुसऱ्याला अशक्य आहे. याचं एक सोपं उदाहरण– समजा, आपल्याला एखादं व्यसन सोडायचं आहे, कोणाला दारू सोडायची असेल वा कोणाचा सगळा वेळ टीव्ही बघण्यातच खर्च होतो, तो त्याला कमी करायचा असेल, किंवा कोणी इंटरनेटवर तासन्‌तास सर्फिंग करतो, त्याला आवर घालायचा असेल, त्यावेळी आपण एक सकारात्मक प्रभावी विचार करतो.

उदा. आज मी केवळ एकच तास टीव्ही बघेन. आपण हा विचार केला आहे, याची आपल्याला जाणीव असते. पण त्या जोडीला आपल्या नकळत आपणच निर्माण करत असलेल्या नकारात्मक विचारांची आपल्याला जाणीवच नसते. 'हे तर फारच अवघड आहे. मला तर टीव्ही बघायला आवडतो, याच्या आधीही मी बऱ्याचदा असा प्रयत्न केला होता, पण प्रत्येक वेळी माझा प्रयत्न फसला. हा तर आता माझ्या रोजच्या सवयीचा भाग झाला आहे, एका दिवसात हे नाही जाऊ शकत... त्यामुळे वेळ तर लागणारच.' म्हणजे आपण एक सकारात्मक विचार केला खरा, पण पाठोपाठ अनेक नकारात्मक विचार करून स्वतःला असमर्थ करून टाकलं. म्हणून जेव्हा कधी एखादी सकारात्मक गोष्ट करण्याचा आपण निश्चय करतो, केवळ एकाच विचारावर आपली ऊर्जा केंद्रित करावी आणि त्याची कार्यवाही सुरू करावी.

***सुरेश ओबेरॉय : जर सर्वांकडे समान मनोबल आहे, असं आपण म्हटलं तर मग व्यसन सोडण्यात फक्त काहीच लोकांना लवकर यश मिळतं, असं का?***

***शिवानीदीदी :*** प्रत्येकजण सामर्थ्यवान असल्याने प्रत्येकाकडे समानच मनोबल असतं. पण 'मी समर्थ आहे' याबद्दल मी कितीशी सजग आहे आणि त्याचा वापर मी किती करते, यावर ते अवलंबून असतं. शिवाय माझ्या आजूबाजूच्या व्यक्तींमुळेदेखील त्यात फरक पडतो.

आपल्या आजूबाजूच्या व्यक्तींचं, विशेषतः आपल्या मुलांचं मनोबल खच्ची करण्यास आपणच कारणीभूत असतो, हे तुम्ही जाणता. समजा, तुम चा मुलगा इंटरनेटवर बराच वेळ वाया घालवत असेल, म्हणून तुम्ही त्याला बजावता की उद्यापासून तो फक्त तासभरच इंटरनेटवर बसू शकतो. आता अशा वेळी तुम्ही त्याला समजावताना सकारात्मक शब्दांचा वापर केलात तरी तुमच्या मनात मात्र शंका असते. इंटरनेटच्या व्यसनातून माझा मुलगा खरंच मुक्त होईल का, ही भावना तुमच्या मनात असते.

***सुरेश ओबेरॉय : म्हणजे माझा मुलगा हे करू शकणारच नाही, याची मलाच मनातून खात्री वाटते.***

***शिवानीदीदी :*** मी केलेला प्रत्येक विचार म्हणजे माझ्या मुलाकडे प्रसारित होणारी माझी ऊर्जा.

***सुरेश ओबेरॉय : पण पालकांच्या उर्जेमुळे मुलांनी का क्षुब्ध व्हावं?***

***शिवानीदीदी :*** इतरांच्या विचारांमुळे, कृतींमुळे, शब्दांमुळे आपण नेहमीच प्रभावित होतो. असे न होण्यासाठी आपण स्वतः समर्थ आणि सुरक्षित असणं गरजेचं आहे. त्यासाठी आपल्या आजूबाजूच्या मंडळींच्या उर्जेमुळे प्रभावित न होण्याचा आपल्याला सराव हवा. आपण सध्या फार चंचल आणि हळवे झालो आहोत. त्यामुळे आपल्या भोवताली घडणाऱ्या घटनांचा आपल्यावर हमखास परिणाम होतो. म्हणून आपण स्वतःची आणि आपल्या आजूबाजूच्या लोकांची कायमच काळजी घेतली पाहिजे. जर कोणी काही चांगलं करू पाहत असेल, तेव्हा आपल्याकडून नकारात्मक विचार किंवा त्या कृतींबद्दल शंका उपस्थित होता कामा नये. आपण जर आपल्या मुलाबद्दल कायम शंकाकुल राहिलो, आणि चिंता करत बसलो, तर आपणच त्याची ताकद कमी करत आहोत. 'तू हे नक्की करू शकशील, तू हे करणार याचा आम्हाला विश्वास आहे' असे त्याला सामर्थ्य देणारे विचार आपण करायला हवेत. जरी ती गोष्ट करण्यासाठी त्याच्याकडे पुरेसं सामर्थ्य नसलं, तरी पालकांच्या उत्तेजनातून त्याला आवश्यक ते सामर्थ्य मिळेल आणि तो यशस्वी होईल. आजकाल उद्योगक्षेत्रात कर्मचाऱ्यांना उत्तेजन देण्याविषयी सांगितलं जातं. पण नुसत्या शब्दांनी उत्तेजन मिळणं शक्य नसतं. जर तुमच्या हाताखालचा माणूस

कामावर रोज उशीरा येतो आहे आणि तुम्ही त्याला फक्त इतकंच सांगता की 'मला खात्री आहे तुझ्यात सुधारणा होईल, तू हे नक्की करू शकशील' आणि तुमच्या विचारांमध्ये मात्र, 'मला ठाऊक आहे हा कधीच वेळेवर येऊ शकत नाही, हा सुधारणं शक्य नाही' हा भाव असेल तर त्या माणसात काहीही सुधारणा होणार नाही.

शब्द आणि विचार दोन्ही वेगवेगळे असतात. म्हणून जेव्हा कधी आपण म्हणू, की आपण एका कुटुंबातील आहोत, एकमेकांचे सच्चे मित्र आहोत, आम्ही संकटकाळी एकमेकांसाठी धावून जाऊ, तेव्हा ते फक्त शब्दांचे बुडबुडे नसावेत, तर तुमच्या शब्दांमध्ये आणि विचारांमध्ये सुसंवाद असावा. तोच नाती जपण्याचा एकमेव आणि सोपा मार्ग आहे. आपण जो विचार करतो आणि जे बोलतो यामध्ये बेबनाव नसावा. कारण जर आपले विचार आणि आपले शब्द यांत फरक असेल, तर आपली ऊर्जा विखुरते. अशी विखुरलेली नकारात्मक ऊर्जा आपल्या मित्रापर्यंत, नातेवाईकांपर्यंत पोहोचते आणि नात्यांमध्ये कटुता येते.

***सुरेश ओबेरॉय : पण आत्ताचं हे जगच असं आहे, असं नाही वाटत तुम्हाला? एखाद्याच्या शर्टकडे बघताच आपल्या मनात विचार येतो, 'या माणसाला काय घालावं, याचा मुळीच सेन्स नाही' पण उघडपणे मात्र आपण म्हणतो, 'अरे वा! काय सुंदर शर्ट आहे रे तुझा...'***

***शिवानीदीदी :*** 'अरे वा! काय सुंदर शर्ट आहे रे...' असं आपण का म्हणतो?

***सुरेश ओबेरॉय : बरेचजण असंच बोलतात, मग त्यांचं बघून आपणदेखील म्हणतो.***

***शिवानीदीदी :*** पण तू सुंदर शर्ट घातलास, असं का म्हणतो आपण?

***सुरेश ओबेरॉय : त्यांना बरं वाटावं म्हणून...***

***शिवानीदीदी :*** म्हणजेच त्यांना खूष करायला... हे अतिशय महत्त्वाचं आहे. लोकांना आनंदी करण्यासाठी आपण असं बोलत असतो. पण आनंद म्हणजे शब्द नाहीत तर ती एक ऊर्जा आहे. आपल्या भावनांची ती स्पंदनं आहेत. तुमच्या शर्टचं कौतुक करायला मी एक शब्द उच्चारते आणि त्या जोडीला, 'कसला

विचित्र शर्ट घातलाय, किती खराब निवड आहे याची' असे विचारदेखील प्रसारित करते. शिवाय विचारलहरी तुमच्या शब्दांपेक्षा जास्त जलद आणि जास्त प्रभावी असतात.

***सुरेश ओबेरॉय : म्हणजे मला शर्ट आवडला नाही, हे त्याला लगेच कळतं.***

***शिवानीदीदी :*** तुमचा नेमका विचार नाही पकडता येणार त्याला. कारण लोकांचे विचार पकडणं आपल्याला शक्य नसतं, त्यासाठी मनाची अवस्था अगदी शांत असणं गरजेचं असतं. पण तुमचा भाव, तुमच्या विचारलहरी यांची त्याला जाणीव झाल्यावाचून राहत नाही. बऱ्याच लोकांना भेटल्यावर आणि त्यांच्याशी गोड गप्पागोष्टी झाल्यावर आपल्याला वाटत राहतं, की हे आपल्याशी जे बोलले, ते खरंतर त्यांना अभिप्रेत नाही. ते चांगले बोलले तरी त्यानं मला तितकंसं बरं नाही वाटलं, म्हणजे या नात्याचा पायाच चुकीचा असल्यानं हा नातेबंध तयारच झाला नाही. मी माझ्या द्वंद्वात्मक उर्जेचं प्रसारण करत असेन तर तुम्हाला माझा इरादा नेक वाटणार नाही आणि अशा नात्यांमध्ये विश्वासाचा अभाव असेल. पाया पक्का नसल्याने, कधीकधी एका शब्दानेही हे नातं संपुष्टात येतं म्हणूनच आपण ज्या प्रकारे वागत आहोत, ते योग्य आहे का, असं स्वतः ला विचारणं आवश्यक आहे.

आता एक पर्याय असा आहे की, तो शर्ट खरंच चांगला असल्याची माझी खात्री पटली असेल, तरच त्याची तारीफ मी करावी. मला जर तो चांगला वाटला नाही तर मी तारीफ करायची नाही हेच सचोटीचं होईल. जर तो शर्ट चांगला आहे, असंच जर मला म्हणायचं असेल तर मग, 'मला पांढरा शर्ट घालायला आवडला नसता, पण ही माझी निवड झाली; आता ही तुझी निवड आहे आणि तुझ्या दृष्टिकोनातून चांगलीच आहे' असा विचार करून तो शर्ट एका प्रकारे चांगलाच असल्याची मी स्वतःची समजूत पटवेन आणि मग तो शर्ट चांगला आहे, असं म्हणेन. म्हणजे माझा विचार आणि माझे शब्द यामध्ये मी आधी सुसंवाद घडवून आणेन आणि मगच बोलेन. म्हणजे ते खरं संभाषण होईल.

***सुरेश ओबेरॉय : मला अभिप्रेत नसतानाही, 'तुम्ही चांगला शर्ट घातलाय' असं मी जेव्हा म्हणतो, तेव्हा माझ्यावर त्याचा काय परिणाम होतो? यामुळे मी स्वतःशी, माझ्या आत्म्याशी, माझ्या व्यक्तित्वाशी कशाप्रकारचा व्यवहार करतो?***

***शिवानीदीदी :*** ही आत्मवंचना झाली- म्हणजे मीच माझ्याशी प्रामाणिक नाही. मला जे वाटतं, ते मी बोलत नाही. माझे विचार, शब्द आणि कृती यांमध्ये विसंवाद आहे. मी विचार एक करते, बोलते दुसरं आणि वागते तिसरंच. आणि यामुळे विसंवाद तयार होतो आणि पुढेही तो तसाच टिकून राहतो. मग परत जेव्हा मी काही करावं असा विचार करेन, तेव्हा त्याला माझ्या शब्दांची आणि कृतीची जोड लाभणार नाही. त्यानं माझं मनोबल कमी होईल आणि ही तर फारच हानिकारक गोष्ट आहे. सध्या आपल्या खालावलेल्या मनोबलाचं हेच कारण आहे.

***सुरेश ओबेरॉय : तुम्ही संस्कारांचे चार प्रकार सांगितलेत, पाचवा प्रकार कोणता?***

***शिवानीदीदी :*** पाचव्या प्रकारचे संस्कार आपल्यातील मूलभूत संस्कार असतात. जेव्हा या संस्कारांचा मला बोध होतो, तेव्हा बाकीच्या चारही प्रकारचे संस्कार मी हाताळू शकते. माझ्या गतजन्मीच्या संस्कारांवर माझा ताबा नसतो, कुटुंबामार्फत होणाऱ्या संस्कारांवरही माझा ताबा नसतो, माझ्या आजूबाजूच्या परिस्थितीतून माझ्यावर होणाऱ्या संस्कारांवर माझा अंकुश नसतो. माझ्या मनोबलानं मी माझ्यावर काही नवे संस्कार घडवू शकते. कारण ते माझ्या ताब्यात असतं. जेव्हा माझ्या मूलभूत संस्कारांचा मला बोध होतो, तेव्हा माझं मनोबलदेखील कार्यान्वित होतं. माझ्या मूलभूत संस्काराचा बोध म्हणजेच माझ्या खऱ्या अस्तित्वाचा बोध, पृथ्वीवरील प्रत्येक मनुष्यमात्राच्या मूलस्वरूपाचा बोध. प्रत्येक अस्तित्व शुद्ध, स्नेहल, शांत, आनंदी आणि सामर्थ्यवान असतं आणि हे आपलं मूळ स्वरूप असतानादेखील आपण याचा बाहेर शोध घेत राहतो. याचं कारण, मी हे विसरूनच गेले आहे की हे माझं स्वरूप आहे. केवळ अध्यात्म आपल्या 'मला आनंद हवा, मला शांती हवी' या भावनेला 'मीच शांतस्वरूप आहे आणि मीच आनंदस्वरूप आहे' या जाणीवेमध्ये बदलून टाकतं.

मग पुढे सर्व काही सहज आणि स्वाभाविक होऊन जातं, आपला दृष्टीकोनही बदलतो. मला शांती हवी होती आणि तिचा मी बाहेर शोध घेत होते पण जेव्हा मला आत्मबोध होतो तेव्हा मी शांती घेणारी नाही तर देणारी होऊन जाते. आनंद मिळवण्यासाठी चाललेली माझी धडपड, इतरांकडून प्रेमाची अपेक्षा करणं वगैरे संपून जातं आणि आपणच इतरांना आपल्या प्रेमात, शांतीत आणि आनंदात सहभागी करून घेतो. आपल्याकडून आपल्या आजूबाजूच्या सर्वांकडे हे अगदी सहज प्रवाही होऊन जातं. ज्याप्रकारे तणावग्रस्त असताना आपल्या ताणाची इतरांना लागण होण्यासाठी विशेष काही करावं लागत नाही, आपल्या प्रभावक्षेत्रात जे कोणी येतं, त्यांच्यावर आपल्या मनःस्थितीचा प्रभाव आपोआप पडतो, त्याचप्रकारे जेव्हा आपण आपल्या शांतस्वरूप आणि आनंदस्वरूप अशा मूळ स्वरूपाशी स्थिर होतो, तेव्हा इतरांना त्या आनंदाचा आणि शांतीचा लाभ घडवण्यासाठी विशेष काही करावं लागत नाही. त्या आनंदाचं आणि शांतीचं दान तुमच्याकडून आपोआप होत राहतं, ज्याची जाणीव तुमच्या आजूबाजूच्या लोकांना, तुमच्या कुटुंबियांना अगदी सहज होते. या आनंदाची लागण तुमच्या सभोवतालच्या मंडळींना न झाली तरच नवल.

***सुरेश ओबेरॉय : मीच शांती आहे, मीच प्रेम आहे, मीच ज्ञान आहे आणि आनंदही मीच आहे! शिवानीदीदी, किती सुंदर सांगितलंत तुम्ही!***

### आनंदाचा पासवर्ड

- आपलं व्यक्तित्व हे पाच प्रकारच्या संस्कारांनी बनलेलं असतं.
- काही संस्कार आपल्याला आपल्या कुटुंबियांकडून आणि पालकांकडून मिळतात. त्यांना आपण 'आनुवंशिक संस्कार' म्हणतो, कारण आपण आपल्या कुटुंबाच्याच छायेत वावरत असतो.
- काही संस्कार आपले राष्ट्रीयत्व, वातावरण, धर्म, रीतीरिवाज आणि मित्र यांमुळे घडवले जातात.
- गतजन्मीचे संस्कार हा आपल्या संस्कारांमधील एक महत्त्वाचा घटक असतो. पुनर्जन्म घेतेवेळी आपला आत्मा पूर्वजन्मातील संस्कारही बरोबर घेऊन येतो.
- चौथ्या प्रकारचे संस्कार हे आपल्या मनोबलाने केले जातात. मनोबल सर्वांकडे समानच असतं, पण मनोबलाचा व्यक्तिपरत्वे असणारा वापर खूप भिन्न असतो.
- पाचव्या प्रकारचे संस्कार म्हणजे प्रत्येक जीवाचे मूलभूत संस्कार - पावित्र्य, शांती, प्रेम, आनंद, ज्ञान, शक्ती आणि सत्य.

# मी सजग, मी निर्माता

***सुरेश ओबेरॉय : शिवानीदीदी, माझं मन माझ्याशी जी लपाछपी खेळतं, त्याबद्दल मी विचार करत होतो. ज्या क्षणी मी मनाला शोधण्याचा प्रयत्न करतो, ते गायब होतं. माझ्या विचारांप्रती सजगता यावी, म्हणून जेव्हा मी माझ्या विचारांकडे लक्ष वळवतो, तेव्हा ते थांबतात आणि माझं लक्ष विचलित होताक्षणी पुन्हा दाखल होतात. मन म्हणजे नेमकं काय आणि ते कुठे असतं? आपल्या रोजच्या आयुष्यात मनावर नियंत्रण कसं ठेवावं? हे ध्यानाने साध्य होईल का?***

***शिवानीदीदी :*** नुकतीच मी एक गोष्ट वाचली, ती तुम्हाला सांगते. एक शिष्य आपल्या गुरूंपाशी जातो आणि त्यांना विनंती करतो, की त्यांनी त्याला असा शब्द सांगावा, जेणेकरून गुरुजींनी आजपर्यंत जे मिळवलं, त्याची त्याला विनासायास प्राप्ती होईल. त्यावर गुरुजी शिष्याला तत्काळ 'सजगता' हा शब्द सांगतात. शिष्य एका कागदावर हा शब्द लिहून घेतो आणि हे करून पाहू, असं ठरवून निघतो. अर्ध्या रस्त्यात असतानाच त्याला प्रश्न पडतो, की सजगता ठेवायची म्हणजे नेमकं काय करायचं? म्हणून तो पुन्हा गुरूंपाशी येतो आणि त्यांना विचारतो, 'गुरुजी, सजगता शब्दाचा अर्थ काय?' त्यावर गुरुजी उत्तरतात, 'सजगता म्हणजे सजगता!' त्यावर 'बरं', असं म्हणत शिष्य निघतो. थोडा वेळ गेल्यावर तो पुन्हा गुरूंपाशी येतो आणि त्यांना विचारतो, 'पण गुरुजी, सजगता म्हणजे नेमकं काय आणि त्यासाठी मी काय करावं?' त्यावर गुरुजी

म्हणतात, 'अरे बाळा, सजगता म्हणजे अंतर्बाह्य जागृती! विचारांची जाणीव म्हणजे सजगता. तुझे विचार केवळ साक्षीभावाने जाण. ही जाणीव तुझ्या आत कायम जागृत असते. या विश्वात घडणाऱ्या प्रत्येक घटनेची जाणीव व्हायला हवी... सागरतळाशी सुरू असलेल्या घडामोडी जाणता यायला हव्यात... चंद्रतलावर काय सुरू असेल हे जाणिवेनं समजलं पाहिजे... परग्रहांवर काय असेल हे अनुभवता आलं पाहिजे... शेजारी काय सुरू आहे हेदेखील ओळखलं पाहिजे... सजगता म्हणजे या ब्रह्मांडांची समग्र जाणीव.'

***सुरेश ओबेरॉय : ही जाणीव, ही सजगता केवळ अंतर्यामी असते का?***

***शिवानीदीदी :*** अंतर्यामी नव्हे, कारण तसा विचार करणं अवघड आहे. जेव्हा तुम्ही आत डोकावून बघा, असं सांगता तेव्हा ते अवघड होतं. कारण आत बघायचं म्हणजे कुठे बघायचं? आणि काय बघायचं? नेमकं काय करायचं? आत डोकावणं म्हणजे आपण जे विचार करतो, ते न्याहाळणं. यासाठी सकाळी उठून चालायला जावं. आजूबाजूला कोण चालत आहे, कोणी कसे कपडे घातलेत, कोण संगीत ऐकतो आहे, वर्तमानपत्रात कोणती बातमी आली आहे, यापैकी कशाकडेही लक्ष न देता आपण काय विचार करत आहोत, याविषयी स्वतःशी संवाद साधावा. आपण दिवसभर जरी हे करत राहिलो तरी चालेल.

***सुरेश ओबेरॉय : लोक म्हणतील, 'हा माणूस स्वत:शीच बोलतोय, वेड लागलंय याला.'***

***शिवानीदीदी :*** मी माझ्याशी बोलत असते, तेव्हा तुम्हाला कळणारही नाही. थोडं थांबून फक्त तपासायचं, की मी आत्ता काय विचार करते आहे.

***सुरेश ओबेरॉय : पण ज्याक्षणी मी काय विचार करतो, हे तपासू लागतो, तेव्हा ते विचारच गायब होतात आणि मी पुन्हा तपासेपर्यंत दुसरेच विचार माझ्या मनाचा ताबा घेतात.***

***शिवानीदीदी :*** याचं कारण मला याचा सराव नाही. जेव्हा मी हे नित्यनेमाने करू लागेन, तेव्हा थोडं थांबून आपण काय विचार करत होतो, हे तपासण्याची मला गरजच पडणार नाही. मी काय विचार करत आहे, याबद्दल मी सदैव

जागरूक असेन. समजा, आज कामाच्या ठिकाणी माझा दिवस ठीक गेला नाही आणि घरी येऊन मी पेपर चाळत बसले आहे, समोर टीव्ही सुरू आहे, पण माझं मन मात्र दुसऱ्याच ठिकाणी अडकलं आहे, मला टीव्ही बघण्यात अजिबात रस नाही. मी विचार करतेय, ‘आज हे घडायला नको होतं, ही घटना अशी घडायला नको होती, त्यांनी माझ्याशी असं बोलायलाही नको होतं. मी कामाचा एवढा डोंगर उपसते, पण त्यांना माझ्या कामाची कदर नाही...’ आता हा विचार कोण करतं? मी! मी हा विचार करते, ही झाली सजगतेची पहिली पायरी. सजगतेची पुढची पायरी म्हणजे मी जो विचार करतेय तो योग्य आहे का, हे तपासणं आणि तिसरी पायरी म्हणजे मी यात बदल घडवू शकते का? बस्स, इतकंच!

**सुरेश ओबेरॉय : पण मी विचारच केला नाही तर?**

***शिवानीदीदी :*** आपण विचार करत नाही, अशी अवस्था तर कधीच नसते.

***सुरेश ओबेरॉय : खरं आहे, एकतर कोणत्या तरी गाण्याचे सूर मनात घोळत असतात किंवा कुठल्या तरी जाहिरातीचा मुखडा वाजत राहतो. नाहीतर कोण कुणाला काय म्हणालं, असं सारखं काहीतरी चाललेलं असतं मनामध्ये. मग मनाला तिथून काढून अन्य ठिकाणी गुंतवावं, त्याला काहीतरी वेगळं खाद्य पुरवावं, असं म्हणताय का तुम्ही?***

***शिवानीदीदी :*** मन हे वाहत्या पाण्यासारखं असतं. त्याचा प्रवाह जरी मला थोपवता आला नाही, तरी त्या प्रवाहाला मी दिशा देऊ शकते. एका दिशेने प्रवाहित न ठेवता दुसऱ्या दिशेने प्रवाहित करू शकते. त्याप्रकारे, मी माझे विचारही थांबवत नाही तर त्यांना दिशा देते. बऱ्याच लोकांचा असा ग्रह आहे, की ध्यान करणं म्हणजे विचार थांबवणं. त्यासाठी दिव्याच्या ज्योतीवर लक्ष केंद्रित करून ते ‘विचार नकोत... विचार नकोत...’ असं म्हणतात. पण विचार नको म्हणणं, हादेखील एक विचारच झाला ना!

निर्विचार होणं कधीही शक्य नाही. कारण मन विचार करणं कधीही थांबवत नाही. आपण काहीतरी अनैसर्गिक करण्याचा खटाटोप करतो. आता जर मीच मोठा जोर लावत काहीतरी दाबून टाकण्याचा प्रयत्न करत असेन, तर तो दाब मला जाणवणारच. असं करणं नैसर्गिक नव्हे.

***सुरेश ओबेरॉय : दबाव टाकून विचार थांबवण्याचा प्रयत्न दमछाक करणारे आणि निराशाजनक असतात.***

***शिवानीदीदी :*** खरं आहे. जर तसं करणं मला जमलं नाही, तर मी म्हणते, 'मी ध्यान करून पाहिलं, पण मला नाही जमलं ते.' असं बऱ्याच लोकांचं होतं. मनामध्ये इतक्या गोष्टी घडत असतात, की त्या थांबवणं अवघडच आहे. एखादी पाचव्या गिअरमध्ये धावणारी मोटार मला थांबवायची आहे, आणि जर मी एका झटक्यात पाचव्या गिअरवरून ती न्यूट्रलवर आणली, तर काय होईल? मला जोरदार धक्का बसेल.

***सुरेश ओबेरॉय : शिवानीदीदी, आपण थोडं मागच्या मुद्द्याकडे येऊया का? तुम्ही सांगितलं, 'सजग व्हा...!' मी सजग राहू लागलो. मला हे मनःपूर्वक जाणून घ्यायचं आहे, की मी सजग झालो म्हणजे प्रत्यक्षात काय झालं?***

***शिवानीदीदी :*** प्रत्यक्षात म्हणाल तर प्रथमतः ज्ञान झालं.

***सुरेश ओबेरॉय : मला असं विचारायचं आहे, की तुम्ही सजग व्हा म्हणालात आणि त्यानुसार मी सजग राहू लागलो, मग पुढे काय होतं? आता मी तुमच्याशी बोलतोय याची मला जाणीव आहे. हा माझाच विचार आहे आणि हा प्रश्न मीच विचारतो आहे. जर मी माझ्या विचारांबाबत सजग आहे, तर मग पुढे काय?***

***शिवानीदीदी :*** प्रथमतः हा विचार मीच निर्माण करतो, याबद्दल सजगता हवी. सर्वसामान्यपणे असा एक भ्रम असतो, की काही प्रेरक गोष्टींच्या निमित्ताने माझ्यामध्ये विचार येतात. बरेच लोक बोलताना 'आत्ताच हा विचार माझ्या डोक्यात आला..' अशी भाषा वापरतात.

***सुरेश ओबेरॉय : त्याने मला आठवण करून दिली, त्याने मला विचार करायला भाग पाडलं, त्याने मला करायला लावलं. ही भाषा चूक आहे का?***

***शिवानीदीदी :*** हा वाक्प्रयोगच चुकीचा आहे. आणि याचं कारण म्हणजे अंतर्गत श्रद्धाप्रणालींमधील गोंधळ. आपण म्हणतो, 'ते विचार माझ्यावर येऊन

आदळले, त्या भावना येऊन आदळल्या... जसं काही बाहेरूनच ते तुमच्यापाशी आले.' भावना आणि विचार बाहेरून येत नसतात. परिस्थिती कितीही कठीण असली, तरी आपल्या विचारांचा निर्माता आपणच असतो. आणि ज्या क्षणाला मीच माझ्या भावनांचा निर्माता आहे, हा बोध मला होतो, त्याच क्षणी हा दोषारोपांचा खेळदेखील संपुष्टात येतो.

***सुरेश ओबेरॉय : मी माझ्या विचारांप्रती सजग आहे. पुढची पायरी म्हणजे या विचारांचा मीच निर्माता आहे, हे जाणणं. नंतर मी ठरवीन, की ज्यामुळे मला त्रास होणार आहे, मी अस्वस्थ होणार आहे, असा वाईट विचार करायचाच कशासाठी? मला त्यात सुधारणा घडवू दे. असंच ना?***

***शिवानीदीदी :*** अगदी बरोबर! त्या विचाराचा मीच निर्माता आहे, ही जबाबदारी आपण स्वीकारली तर तो विचार बदलणंही मला शक्य असतं.

***सुरेश ओबेरॉय : जबाबदारी स्वीकारणं हेच अवघड काम आहे. मी जरी म्हटलं, की मी जबाबदारी स्वीकारायला तयार आहे, तरी मला ती खऱ्या अर्थाने कधीच समजत नाही.***

***शिवानीदीदी :*** कारण आपली दृष्टी अधिकाधिक बहिर्मुखी आहे. आपलं अवधान कायम बाहेरच असतं. आपल्याला बाहेरचा आनंद ठाऊक असतो. पण सजग होताच आपल्याला अंतर्गत स्तरावर घडणारे बदलही जाणवू लागतात. आपलं लक्ष बाहेरच एकवटलं असल्यानं आपल्या अंतर्मनातील निर्माणशक्तीची, सर्जनशीलतेची आपल्याला जाणीवच नसते.

***सुरेश ओबेरॉय : मला आठवतंय, मागे तुम्ही म्हणाला होतात, समजा, एक लहान मूल खेळता खेळता टेबलाला अडखळून पडतं. तुम्ही त्याची समजूत काढण्यासाठी म्हणता – 'हे टेबल अगदी वाईट आहे, चला, त्याला मारूया.' तेवढ्यानेही त्या मुलाला बरं वाटतं, पण ही त्याचीच चूक होती, हे त्या मुलाच्या लक्षातही येत नाही. म्हणजे 'चूक माझी नसून बाह्य वस्तूची किंवा घटनेची वा व्यक्तीची आहे' या विचाराची रूजवात बालपणातच होते.***

***शिवानीदीदी :*** अगदी खरं आहे. मला ही जाणीव करून द्यायला हवी होती, की टेबल जिथं पाहिजे तिथंच होतं. चूक माझी होती. खेळताना टेबल तिथे आहे, हे मी बघू शकले नाही.

होय. मला हे समजून घ्यावंच लागेल. समजा, सकाळी बॉस माझ्यावर जोरात ओरडले. खरंतर, मी भरपूर काम केलं होतं, मी प्रामाणिक होते, वेळेआधी मी माझं काम पूर्ण केलं होतं. पण एवढं असूनदेखील ते माझ्यावर ओरडले. मग माझं मनही धुसफुसू लागलं, 'या माणसाला प्रामाणिकपणाची किंमत नाही, लोकांची कदर कशी करावी, त्यांना प्रोत्साहन कसं द्यावं, हे त्यांना समजत नाही.' हे विचार माझ्याकडे बाहेरून येतात, असं मी मानते. या विचारांना कारणीभूत कोण? माझे बॉस! बॉसलाच सर्वस्वी दोषी मानून मी माझी जबाबदारी झटकते. त्यामुळे मी करत असलेले नकारात्मक विचार योग्यच असल्याचं मानू लागते. बॉसनं स्वत:मध्ये बदल करायला हवा, असं माझं ठाम मत असतं. थोडक्यात, मी बॉसकडे बोट दाखवून आत्मसजगतेला आणि स्वत:च्या जबाबदारीला तिलांजली देते.

***सुरेश ओबेरॉय : म्हणजे सुरुवातीलाच जर मी सजग असेन, तर मला जाणवेल, की माझ्या बॉसविषयी हे विचार मीच करत असून त्यांच्याकडे मी नकारात्मक ऊर्जादेखील प्रक्षेपित करतो आहे आणि ऊर्जेचे प्रक्षेपण करता करता स्वत:मध्येही ती नकारात्मक ऊर्जा साठवून ठेवतो आहे. म्हणजे नकारात्मक गोष्टींचं आदानप्रदान सुरू असून त्याच्या केंद्रस्थानी मी आहे.***

***शिवानीदीदी :*** एवढंच नाही, तर जी नकारात्मक ऊर्जा मी निर्माण करून बॉसकडे पाठवते आहे, ती माझ्या आजूबाजूला असलेल्या इतर लोकांनाही हानी पोचवते आहे, ज्यामध्ये माझे कुटुंबीयदेखील आहेत. संध्याकाळी जेव्हा मी त्यांच्याबरोबर असते, त्यावेळी त्यांनाही या ऊर्जेचा प्रसाद मिळाल्याशिवाय राहत नाही. उग्र वासाच्या अत्तरासारखं आहे हे. आवडो की न आवडो, तुम्ही लावलेल्या अत्तराचा वास बळजबरीने मलाही घ्यावाच लागतो. म्हणूनच आपण जेव्हा तणावग्रस्त असतो, तेव्हा ती लागण आपोआप आपल्या मुलांनाही होते.

***सुरेश ओबेरॉय : यावरून मला एक रंजक गोष्ट आठवली. जेव्हा जेव्हा घरी येताना माझी मनःस्थिती क्षुब्ध आणि तणावग्रस्त असते, तेव्हा आमचा कुत्रा नेहमीप्रमाणे माझ्या स्वागताला अजिबात पुढे येत नाही. उलट, तो एखादा कोपरा पकडून अगदी गप्प पडून राहतो.***

***शिवानीदीदी :*** आता आपण आपली विचार करण्याची पद्धतच बदलूया. संपूर्ण दिवसभर आपण साधारणपणे चाळीस ते पन्नास हजार विचार करतो. म्हणजेच मिनिटाला सरासरी पंचवीस ते तीस विचार करतो आपण, आणि तेही जागृत नसताना. दरवेळी आपण हेच म्हणतो, की हे विचार माझ्याकडे येतात. यावरून आपल्या जगण्याचा दर्जा कसा असेल, याची कल्पना येईल. समजा, ज्या कंपनीतून रोज चाळीस हजार ते पन्नास हजार नगांचे उत्पादन बाहेर पडतं, अशा कंपनीचे तुम्ही चेअरमन आहात आणि उत्पादनाचा दर्जा कसा आहे, ते तुम्हाला ठाऊक नाही. थोडक्यात काय, तुमच्या कंपनीत केवळ अनागोंदी माजली आहे.

ढोबळमानाने आपल्या विचारांचे चार प्रकारे वर्गीकरण करता येईल. शुद्ध, प्रभावी, सकारात्मक विचार हे पहिल्या प्रकारात मोडतात. हे विचार गुणांनी स्वच्छ आणि निःस्वार्थी असतात. आजकाल हे गुण अभावानेच आढळतात. निःस्वार्थी म्हणजे स्वतःपेक्षा इतरांच्या कल्याणाचा आणि आनंदाचा निरपेक्ष वृत्तीने विचार करणं. मात्र या विचाराला अपेक्षांचा स्पर्श झाला तर या विचारांपाठोपाठ पीडेचीही भावना येउन दाखल होते आणि मग तो विचार सकारात्मक राहत नाही. दुसरा गट आहे नकारात्मक विचारांचा. या गटात द्वेष, तिरस्कार, टीका, क्रोध या भावना मोठ्या संख्येने असतात. तिसरा गट आहे आवश्यक विचारांचा. यामध्ये बहुतांशी 'मला हे करायचंय, मला तिथे जायचंय, मला या व्यक्तीला भेटायचंय', अशा प्रकारचे विचार असतात. ते सकारात्मकही नसतात आणि नकारात्मकही. ते तटस्थ भूमिकेतील असतात. पण तटस्थ विचारांना कधीही नकारात्मक विचारांची जोड मिळू द्यायची नसते. 'मला विमानतळावर जायचंय', हा झाला आवश्यक विचार. पण या विचारापाठोपाठ 'रस्त्यावर रहदारी नसावी, कुठे ट्रॅफिक जॅम नसलं म्हणजे मिळवलं...' असा नकारात्मक विचारदेखील निर्माण होऊ शकतो. म्हणजे आवश्यक विचार एकच असतो, पण पाठोपाठ अनेक नकारात्मक विचारांची

रांगच रांगदेखील उभी राहू शकते. चौथ्या प्रकारचा विचार म्हणजे व्यर्थ विचार. हा विचार ज्या गोष्टींवर माझं नियंत्रण नसतं, अशा गोष्टींवरील असतो. ज्या गोष्टी माझ्या नियंत्रणात नाहीत, अशा गोष्टींवर विचार करून मी माझा वेळ आणि माझी ताकद दोन्हीही वाया घालवते. मी एकतर निघून गेलेल्या क्षणांचा विचार करते अथवा जो क्षण अजून आला नाही, त्याबद्दल तरी विचार करते. या दोन्ही गोष्टी माझ्या हातात नसतात कारण भूतकाळ आणि भविष्यकाळ या दोन्ही गोष्टींवर माझं नियंत्रण नसतं.

***सुरेश ओबेरॉय : भूतकाळ, भविष्यकाळ किंवा इतर लोक यांबद्दल विचार करणं, व्यर्थ आहे?***

***शिवानीदीदी :*** इतर लोकांनी असं करायला हवं होतं किंवा तसं का केलं, किंवा मला असं वाटतं की त्यांनी ही गोष्ट करावी, हेदेखील व्यर्थ विचार झाले. कारण ते एकतर भूतकाळासंबंधी असतात, नाहीतर भविष्यकाळासंबंधी. वर्तमानात ते जसे आहेत, तसं त्यांना मी स्वीकारत नाही. आपण एक दिवस जरी या विचाराचा अभ्यास करून पाहिला, जर एकच दिवस या विचारांप्रती आपण सजग राहिलो, तरी आपणच चकित होऊ. फक्त आपण कोणता विचार करतोय, हे अचानक तपासून बघायचं.

अशावेळी लक्षात येतं की, एक तर तुम्ही घडून गेलेल्या गोष्टींबद्दल विचार करता किंवा जी गोष्ट अजून घडायची आहे त्याबद्दल तुमच्या मनात विचार सुरू असतो. म्हणजेच आपण एकतर भूतकाळात तरी जगत असतो नाहीतर भविष्यकाळात तरी. या दोन्ही काळांवर आपलं नियंत्रण नसल्यानं हे विचार व्यर्थ, निष्फळ ठरतात.

***सुरेश ओबेरॉय : मला आठवतं, एकदा मी शूटिंगवरून घरी चाललो होतो. चित्रीकरणातील माझ्या भूमिकेबद्दल डोक्यात विचार चालले होते. गाडीत मी एकटाच होतो आणि विचार करता करता गाडी चालवत होतो. चित्रीकरणातील माझा एक प्रवेश माझ्या डोक्यात घोळत होता. त्यात जरा वेगळ्याप्रकारे मी अभिनय करायला हवा होता, असं मला वाटत होतं. माझ्या विचारांच्या नादात माझं घर ओलांडून पुढे गेल्याचं मला कळलंच नाही आणि मग मला मागे परतावं लागलं.***

***शिवानीदीदी :*** असंच भूतकाळ आणि भविष्यकाळ यांचा विचार करत जगत राहिलो, तर अख्खं आयुष्य ओलांडून पुढे आलो, तरी कळणार नाही आपल्याला. म्हणूनच विचारांच्या या चार प्रकारांची आणि हे विचार करणारी मीच आहे, याची आपण कायम जाणीव ठेवली पाहिजे. नकारात्मक विचार आणि व्यर्थ विचार आपलं फार नुकसान करतात. व्यर्थ विचार एकतर वेळ आणि ताकद यांची नासाडी करतात आणि दुसरं म्हणजे या विचारांपाठोपाठ नकारात्मक विचारदेखील उगम पावतात. मी भूतकाळात शिरताक्षणीच 'अरेरे, मी असं का नाही वागले, मी तसं करायला पाहिजे होतं, जुने दिवस किती चांगले होते, त्यानं तसं म्हणायला नको होतं', अशा विचारांची माझ्या डोक्यात गर्दी उसळते. मी भविष्यकाळात शिरले तर 'अमुक गोष्ट घडली, तर मी आनंदी होईन', हा विचार निर्माण होतो. म्हणजेच आत्ता या क्षणी मी आनंदी नाही आणि हा काही चांगला विचार नव्हे.

***सुरेश ओबेरॉय : 'आज मी काहीही केलं नाही, तरीही मला थकल्यासारखं वाटतंय', असं लोक का म्हणतात, ते मला कळलं आता. समजा तो माणूस जर गोल्फ खेळायला गेला असता, तर एवढा मुळीच थकला नसता.***

***शिवानीदीदी :*** कारण नकारात्मक आणि व्यर्थ विचार करण्याऐवजी त्याचं मन कुठेतरी गुंतलेलं राहिलं असतं. लक्षात घ्या, आपण दिवसाला चाळीस ते पन्नास हजार विचार, तेही दर्जाहीन विचार करत असतो; मग काय होईल आपल्या अंतर्गत व्यवस्थेचं? मनोविकारतज्ज्ञ सांगतात, की आपलं मन सरासरी ८०% वेळा भूतकाळात आणि १५% वेळा भविष्यकाळात असतं. म्हणजे आपल्या अमूल्य वेळेचा ९५% भाग आपण वाया घालवतो.

***सुरेश ओबेरॉय : आणि त्या ८०% मध्ये सकारात्मक विचार किती असतात?***

***शिवानीदीदी :*** एकही नाही. भूतकाळामध्ये सकारात्मक काहीच नसतं. कारण जरी तो काळ रम्य असला आणि मी त्यात रमले, तरी मी हेच मानते आहे, की ते दिवस चांगले होते. हे नक्कीच सकारात्मक नाही. लोक म्हणतात, की चांगल्या आठवणी असणं चांगलं असतं. पण त्या आठवणी झाल्या, तो भूतकाळ झाला, हे विसरता कामा नये. त्या कधीच मागे पडल्या आहेत. सध्या महत्त्वाचं आहे, ते वर्तमान!

***सुरेश ओबेरॉय : लोकांना त्यांच्या भूतकाळाबद्दल बोलायला फार आवडतं. मी सैन्यात होतो, तेव्हा किती लोक मला सलाम करायचे, मी जनरल होतो तेव्हा... जेव्हा मी असा होतो, मी तसा होतो...***

***शिवानीदीदी :*** म्हणजेच तुमच्या आत ही भावना आहे, की ते दिवस चांगले होते, तेव्हा मला इतरांकडून खूप काही मिळायचं, आजकाल लोकांचं माझ्याकडे तितकंसं लक्ष नसतं. इतरांचं लक्ष माझ्याकडे वेधावं, म्हणून माझा हा आटापिटा सुरू असतो.

हे फक्त शब्द आहेत. विचारांच्या तुलनेत आपण फार कमी शब्द वापरतो. मिनिटाला २५ ते ३० विचार केले जातात, असं मानलं तरी त्या अनुषंगाने मिनिटाला ४ ते ५ वाक्यांचाही आपल्याकडून वापर होत नाही. प्रत्येक विचाराचा आपल्या संपूर्ण यंत्रणेवर, प्रत्येक पेशीवर कोणता ना कोणता परिणाम निश्चितच होत असतो. आपल्याकडील शक्तीचा सर्वाधिक ताकदवान स्रोत म्हणजे आपले विचार. म्हणून त्यांचा वापर करताना कमालीची सावधानता बाळगली पाहिजे. आपल्यापाशी अणुऊर्जा असल्यासारखं आहे हे. तिचा वापर आपण विधायक गोष्टींसाठी करू शकतो किंवा तिने पृथ्वीचा नाशदेखील घडवून आणू शकतो. ऊर्जा तीच असते. एका बाजूला सीटी स्कॅन, एम.आर.आय. इत्यादीसाठी अणुऊर्जा वापरू शकतो किंवा दुसऱ्या बाजूला त्याच उर्जेचा वापर आपण अण्वस्त्रांसाठीही करू शकतो. दोहोंसाठी ऊर्जा समानच लागते. कोणत्याही शक्तीचा वापर हा विधायक वा विघातक अशा दोन्ही प्रकारे केला जाऊ शकतो. आपल्या वैचारिक उर्जेबद्दलही हेच म्हणता येईल. आपले विचार प्रेम, शांती, पावित्र्य, निर्माण करू शकतात आणि इतरांना प्रेम देऊही शकतात आणि हेच विचार द्वेष, तिरस्कार, भय आणि चिंतेची निर्मितीही करू शकतात. वैचारिक ऊर्जा तर तीच आहे. सगळ्यांत महत्त्वाचा भाग हा आहे, की हे माझे विचार असतात आणि त्यांची निर्मिती ही माझी निवड असते.

***सुरेश ओबेरॉय : आपल्या प्रत्येक विचाराचा आपल्या शरीरावर काही ना काही परिणाम होतच असतो, असं जे तुम्ही म्हणालात, त्याबद्दल माझ्या मनात विचार सुरू आहे. दिवसभरात हजारो म्हणजे आयुष्यभरात असले कोट्यवधी विचार केल्यावर माझ्या शरीराचं काय होणार?***

***शिवानीदीदी :*** अनेक आजारांबाबत डॉक्टर म्हणतात, की हे आजार 'मनोकायिक' आहेत. म्हणजेच शरीराचा संबंध मनाशी आहे. म्हणून अशा विकारात मनावर इलाज केला की शरीरालाही आराम पडतो. अर्थात, आपल्या शरीराचीही आपण काळजी घेतली पाहिजे पण फक्त शरीरावरच उपचार केले आणि मनावर काहीच इलाज केले नाहीत, तर त्याचा उपयोग होणार नाही. म्हणूनच कोणी म्हणतात, 'मी शुद्ध शाकाहारी आहे, मी दारू पीत नाही, धूम्रपान करत नाही, रोज व्यायाम करतो, तरीदेखील मला वयाच्या अवघ्या तिशीत वा चाळीशीत हृदयविकाराचा झटका आला.' याचं कारण हेच आहे की, मी माझ्या शरीराची काळजी घेतली खरी; पण माझं मन मात्र तणावग्रस्तच होतं.

• • •

खालील विचारांवर शांतपणे चिंतन करा :

*स्वतःला विश्रांत स्थितीत आसनस्थ करून आपण आपल्या मनाचं निरीक्षण करूया... मी काय न्याहाळत आहे, हे कोणालाच कळू शकणार नाही... ही अंतर्गत प्रक्रिया आहे... मी माझं काम करताना, कोणाशीही बोलताना, माझी गाडी चालवताना, चालत असताना हे करत राहीन... म्हणजेच मी माझ्या विचारांप्रती सजग राहीन...*

*माझे विचार म्हणजेच माझी निर्मिती... जी आपोआप होते, असं मी समजत होते... पण आता मला कळतंय, त्याचं बीज मीच आहे... मीच माझ्या विचारांचा कर्ता आहे... माझ्या प्रत्येक विचाराचा माझ्या शरीरावर परिणाम घडून येतो... माझ्या आजूबाजूच्या लोकांवरदेखील त्याचा परिणाम होतो... मला माझ्या विचारांना नीट निरखू दे... किती चांगले विहरत आहेत माझे विचार... त्यांच्यावर माझं पूर्ण नियंत्रण आहे... कारण मीच त्यांचा स्वामी असल्याची मला जाणीव आहे... माझ्या आजूबाजूला घडणारी प्रत्येक सुखद वा दुःखद... घटना त्याविषयी कोणी काहीही बोलो... कोणी कसेही वागो... मी माझ्या विचारांचे निरीक्षण करत आहे... अयोग्य विचारांना बदलून आणि अलगद वळवून मी त्यांना मार्गी लावत आहे... कारण माझ्या विचारांचा स्वामी*

*मीच आहे आणि मीच कर्ता आहे... मी माझा बाह्यकेंद्री दृष्टिकोन अंतःकेंद्री करत आहे... माझी ऊर्जा माझ्या अंतर्मनातून बाह्य जगाकडे प्रवाहित होत असते... म्हणून बाह्यतः जरी इतरांना मी माझी नित्यकर्मे करताना दिसून येत असेन, तरी माझं लक्ष मात्र माझ्या अंतर्मनातील घडामोडींवर एकवटलं आहे... मी अंतर्मनात जे निर्माण करते, तेच बाह्य जगाकडे वाहतं... मी स्वतःशी प्रामाणिक आहे... माझ्या विचारांशी प्रामाणिक आहे... माझे शब्द आणि कृती यांच्यात सुसंवाद आहे, माझा स्वतःवर विश्वास आहे... माझं स्वतःवर प्रेम आहे... कारण मी एक शुद्ध अस्तित्व आहे... ॐ शांती!*

## आनंदाचा पासवर्ड

- स्व-भान म्हणजे स्वतःचे विचार न्याहाळणं, मी कोणता विचार करत आहे, हे पाहू शकणं आणि या विचारांचा मीच कर्ता आहे याबद्दल सजग असणं.
- दुसरी पायरी म्हणजे मी जो विचार करतो, ती विचारसरणी माझ्यासाठी योग्य आहे, हे तपासणं.
- दर मिनिटाला २५ ते ३० विचार आपण करतो-म्हणजेच दिवसभरात सुमारे चाळीस हजार ते पन्नास हजार विचार आपण करतो. विचार हा आपल्यापाशी असलेल्या ऊर्जेचा सर्वाधिक सामर्थ्यवान स्रोत आहे आणि म्हणूनच त्याचा वापर आपण काळजीपूर्वक केला पाहिजे.
- विचारांचे चार प्रकार असतात. त्यातील पहिला प्रकार म्हणजे शुद्ध, प्रभावी, सकारात्मक आणि निःस्वार्थी विचार. दुसरा प्रकार म्हणजे अहंकार आणि क्रोधामुळे तयार होणारे नकारात्मक विचार, जे द्वेष, तिरस्कार, भीती, अस्वीकार किंवा टीका उत्पन्न करतात.
- तिसरा प्रकार म्हणजे आवश्यक विचार. हे विचार आपल्या कृतींशी संबंधित आणि तटस्थ असतात.
- विचारांचा चौथा प्रकार म्हणजे व्यर्थ विचार, जे भूतकाळ किंवा भविष्यकाळासंबंधी असतात - या दोन्ही गोष्टींवर आपलं नियंत्रण नसल्याने या विचारांमध्ये आपला वेळ आणि ऊर्जा दोन्ही वाया जाते.

# विचार करा, श्रद्धा ठेवा, बाकीचे आपोआप घडेल

***सुरेश ओबेरॉय :*** *शिवानीदीदी, आपण सजगता, मन आणि विचार यांच्याबद्दल बोलत आहोत आणि तुमच्याबरोबर चिंतन करण्याचा अद्‌भुत आनंद तुम्ही आम्हाला दिला आहे. मी पूर्वी तारस्वरात तावातावाने बोलत असे, पण आता माझं बोलणं मृदू झालं. शिवाय माझ्या हावभावांतील उर्मटपणाही निघून गेला. मला सर्व काही शांत, स्थिर आणि सहज वाटू लागलं.*

***शिवानीदीदी :*** म्हणजेच हे सिद्ध होतं, की जेव्हा तुम्ही तुमच्या मनाची काळजी घेता, तेव्हा इतर सर्व गोष्टींची काळजी आपोआप घेतली जाते. आपल्या मनाचा शरीरावर फार मोठा प्रभाव असतो. आपल्या मनातच शब्दांची निर्मिती होते आणि ते शब्द कृतींमध्ये परिवर्तित होतात, तेही केवळ मनामुळेच. जेव्हा आपण परिवर्तनासंबंधात बोलत असतो, 'मला माझी ही सवय बदलायची आहे, मला माझ्या व्यक्तिमत्त्वातील हा दोष दूर करायचा आहे, मला माझं वागणं बदलायचं आहे', तेव्हा फक्त बाहेरील बदल घडवून आणण्याचा आपला प्रयत्न असतो. माझी चालण्याची तऱ्हा, माझी बोलण्याची पद्धत, इतरांबरोबर बोलण्याचा माझा ढंग, यांमध्ये मी बदल घडवते. शिवाय, इतरांनाही असं वागावं, असं बोलावं, हे आपण सांगतो. पण यामुळे होणारं परिवर्तन तात्कालिक असतं. कारण आपल्या व्यक्तित्वाच्या मूळ विचारांमध्ये

परिवर्तन झालेलंच नसतं. विचार न बदलता घडून आलेलं परिवर्तन तात्पुरतं ठरतं. काही दिवस जाताच पुन्हा आपण पहिल्यासारखे वागू-बोलू लागतो. पण जर मी माझे विचार बदलले, तर नकळत माझ्या बाह्यरूपातही लक्षणीय बदल घडून आल्याचं मला अचानक जाणवू लागतं.

***सुरेश ओबेरॉय : असं असेल तर आपल्या शरीरातील एकेका घटकाला म्हणजेच आपली हालचाल, आपलं बोलणं, आपली बघण्याची पद्धत, बोलण्याची पद्धत यांमध्ये बदल करण्याची आपल्याला गरजच पडणार नाही. म्हणजे एखाद्या नटाने भूमिकेत शिरून ती भूमिका जगण्यासारखंच झालं हे. स्वतःला अंतर्बाह्य बदलणं आपल्याला भूमिका करताना शिकायला मिळतं. मी अमुक एक व्यक्ती असल्याचा विश्वास तयार केला की, मग मी त्यानुसार वागू लागतो. मग मी कसं चालावं, कसं बोलावं हे बघण्याची मला गरजच वाटत नाही.***

***शिवानीदीदी :*** मी अंतर्यामी ते पात्र निर्माण करत असते, त्या पात्राचा संपूर्ण आराखडा मनात तयार असतो, आणि हे काम कोण करतं? आपलं मनच करतं.

***सुरेश ओबेरॉय : जेव्हा तुम्ही विश्वास ठेवता, तेव्हा पुढचं सर्व आपोआप घडतं. तो अभिनय राहतच नाही, ती भूमिका साकारणं हे तुमचं प्रत्यक्ष जगणं होतं.***

***शिवानीदीदी :*** तुमच्या वर्तणुकीचा ओघ स्वाभाविक होतो. तसंच अंतर्यामी मी माझ्या शांतस्वरूपाची भूमिका निर्माण केली की माझं बोलणं, चालणं, वागणं या कशाचीच काळजी करण्याचं मला कारणच उरत नाही. मी शांतस्वरूप असल्याची माझी खात्री पटताच माझ्यातला अभिनेता आता जे काही करेल, ते सर्व शांतियुक्त कंपनांमधूनच निर्माण होईल.

***सुरेश ओबेरॉय : म्हणजे मी शांत व्यक्तिमत्त्वाची भूमिका करावी. सुरेश ओबेरॉय म्हणजे एक शांत व्यक्तिमत्त्व, आनंदी व्यक्तिमत्त्व...***

***शिवानीदीदी :*** *प्रथम तुम्हाला मुळापाशी परत यावं लागेल. मी शांत व्यक्तिमत्त्व आहे, ज्याला देह, नाव आणि भूमिका मिळालेली आहे. ती भूमिका अभिनेत्याची, डॉक्टरची किंवा वकिलाची असली तरी त्याने काही फरक पडत नाही.*

***सुरेश ओबेरॉय : म्हणजे शांतस्वरूप असल्यामुळे त्याला पावलोपावली शिकण्याची गरज नाही.***

***शिवानीदीदी :*** आपल्यातील प्रत्येकजण अभिनेता असतो आणि आयुष्यभरात अनेक भूमिका तो साकारतो. तुमच्या आयुष्यात तुम्ही तीनशे भूमिका साकारल्या, असं आपण म्हणूया. तुम्ही केलेल्या प्रत्येक भूमिकेवर तुमच्या अभिनयाचा ठसा उमटला. ती भूमिका त्याप्रकारे फक्त तुम्हीच करू शकत होतात. आता दुसऱ्या अभिनेत्यानं तुमची नक्कल करत तुम्ही केलेल्या भूमिका साकारण्याचा प्रयत्न केला, तर त्याचं काम तुमच्या कामापेक्षा निश्चितच वेगळं असेल. कारण त्याची शैली स्वतंत्र आहे. त्यानं साकारलेल्या प्रत्येक भूमिकेमध्ये त्याचं व्यक्तिमत्त्व दिसल्याशिवाय राहणार नाही. म्हणूनच, मी कसा नट आहे आणि माझी भूमिका कोणती आहे, हे मला लक्षात ठेवलं पाहिजे, मग ती भूमिका वडिलांची असेल, नवऱ्याची असेल, मित्राची असेल नाहीतर एखाद्या अधिकाऱ्याची असेल. नटाचं व्यक्तिमत्त्व प्रत्येक भूमिकेतून दिसून येतंच. मग आता मी कोणता नट आहे? मी एक शुद्ध, शांत, प्रेममय असं अस्तित्व आहे. मी माझ्या मित्राशी बोलतो की मुलाशी, यामुळे काहीही फरक पडत नाही, दोघांशीही बोलताना माझं शांत व्यक्तिमत्त्व दिसून येईलच. निरनिराळ्या लोकांशी माझं वरकरणी दिसणारं वर्तन निरनिराळं असण्याचं कारण एकच आहे, इथे मी मित्र आहे आणि तिथे एक वडील.

***सुरेश ओबेरॉय : म्हणजे माझी भूमिका वडिलांची असेल, तर मी माझ्या मुलाला आज्ञा करेन.***

***शिवानीदीदी :*** याचं कारण, ही भूमिका करणारा मी कसा नट आहे, यापेक्षा माझी भूमिका कोणती आहे याबद्दल मी जास्त सतर्क आहे. माझी आदिम श्रद्धाप्रणाली मला सांगते, की वडिलांनी असंच वागलं पाहिजे. म्हणून मीही, वडील कसे असायला हवेत, याबद्दल पूर्वापार चालत आलेल्या साचेबद्ध पद्धतींनुसार माझी भूमिका वठवतो. त्यानुसार वडिलांनी नेहमीच शासक, नियंत्रक आणि कडक असलं पाहिजे.

***सुरेश ओबेरॉय : शिवानीदीदी, प्रत्येकजण वेगवेगळ्या वेळी आणि वेगवेगळ्या ठिकाणी वेगळा वागत असतो. त्याचं रूप ऑफिसमध्ये एक***

***असतं, घरी पत्नीसमवेत दुसरंच असतं, मित्रांबरोबर अजून वेगळं असतं.***

***शिवानीदीदी :*** पण यातलं आपलं मूळ रूप कुठलं?

***सुरेश ओबेरॉय : मूळ रूप कोणतं, हे मला नाही ठाऊक. भूमिकाच एवढ्या झाल्या आहेत, की माझा गोंधळ उडाला आहे.***

***शिवानीदीदी :*** आपण एक सोपं उदाहरण घेऊ. आपण ऑफिसमध्ये येतो आणि पुढील दहाच मिनिटांमध्ये आपली चार वेगवेगळ्या व्यक्तींशी भेट होते. त्यातील एक सुरक्षा कर्मचारी असते, एक स्वागत कक्षातील असते, तिसरी कोणी मध्यम दर्जाची व्यवस्थापक असते आणि चौथी व्यक्ती थेट कंपनीची चेअरमन असते. अवघ्या दहा मिनिटांमध्ये आपल्याला या चौघांनाही भेटावं लागतं आणि या चारही वेळी आपल्या वागण्यामध्ये लक्षणीय बदल घडून येतो. सुरक्षा कर्मचाऱ्याशी माझी बोलायची पद्धत आणि चेअरमनबरोबर बोलायची माझी पद्धत यामध्ये जमीन-अस्मानाचा फरक असतो. माझ्या वागण्याच्या वेगवेगळ्या चार तऱ्हांपैकी माझं नेमकं व्यक्तिमत्त्व कोणतं?

***सुरेश ओबेरॉय : इथे मी संभ्रमात सापडलो आहे. प्रत्येकवेळी मी निराळ्या प्रकारे माझ्या भूमिकेत वावरतो आहे, माझ्या भूमिका साकारण्यामध्ये सुसंगती नाही.***

***शिवानीदीदी :*** माझं मूळ व्यक्तिमत्त्व प्रकट होतच नाही. कारण प्रत्येक व्यक्तीनुसार मी स्वतःला बदलत राहिले. मी सुरक्षा कर्मचाऱ्याशी बोलले, आणि स्वागतिकेशीही बोलले. पण दोन्ही वेळेस त्यानुसार मी बदलले. पुढे मी व्यवस्थापकाला भेटले, तेव्हा पुन्हा बदलले आणि पुढे चेअरमनला भेटले, तेव्हाही बदलले. म्हणजे काय, तर मी इतर व्यक्तींशी जोडली जाते ते केवळ पद, वर्ग किंवा रूप अशा बाबींशी.

***सुरेश ओबेरॉय : पण हा प्रश्न मी अजून कोणाला विचारला तर ते म्हणतील, की असं करण्यात काय चूक? आता सगळेच लोक असंच वागत असतील, तर मग हे वागणं स्वाभाविकच नाही का?***

***शिवानीदीदी :*** हे स्वाभाविक आहे का, ते नाही सांगता येणार. पण हे खरं आहे, की आपण ही गोष्ट खूप पूर्वीपासून करत आलोय. तुम्ही प्राप्त केलेल्या

गोष्टींवरून मी तुमच्याशी बोलते आणि वागते. आज तुम्ही चेअरमन आहात, उद्या नसालही, मग माझा आज तुमच्याशी असलेला नातेसंबंध उद्या बदलेल. याचा अर्थ, खऱ्या अर्थाने आपल्यात नातेसंबंध तयारच झाला नव्हता आणि म्हणूनच आपल्यातील नाती ठिसूळ झाली आहेत. ज्या मिनिटाला तुमची अधिकारकक्षा बदलते, त्या मिनिटाला मीही बदलू शकते. मुळात आपण कोण आहोत, हेच विसरतो आहोत आपण. ज्ञान, पैसा, पद आणि मिळकत हे जे काही मी मिळवलं आहे, ते म्हणजे मी नव्हे. हे माझं आहे, इतकंच. थोडक्यात, आपण परस्परांशी नव्हे तर आपल्या मिळकती एकमेकींशी बोलत असतात. एका अहंकाराचा दुसऱ्या अहंकाराशी संवाद होत राहिल्यानं या नात्याचा पायाच तकलादू असतो. जेव्हा दोन अहंकारांचं संभाषण सुरू असतं, त्यावेळी एक पद दुसऱ्या पदाशी बोलतं, एक बँक बॅलन्स दुसऱ्या बँक बॅलन्सशी बोलतो. पण एका शुद्ध अस्तित्वाचा दुसऱ्या शुद्ध अस्तित्वाशी जो संवाद घडून यायला पाहिजे, त्याबद्दल काय?

आणि इथेच थांबून आपण हे समजून घेतलं पाहिजे, की आपण इतरांशी फक्त वरवर जोडलेलो आहोत आणि आपल्या आतला खरा नट मात्र झोपी गेलाय. माझ्या आजूबाजूला बाकीचे नटही झोपून गेलेत. पण जर आता मला जाग आली, तर मग इतरांनाही हळूहळू जाग येईल. मला सांगा, तुम्ही नाटकात काम करता, तेव्हा तुमच्या समोरचा नट त्याची वाक्यं विसरला, तर मग तुम्ही काय करता?

***सुरेश ओबेरॉय : एक तर त्याचं वाक्य मी म्हणून टाकतो किंवा त्याला त्याचं भाषण आठवण्यास मदत होईल, असे काही संकेत देतो. नाहीतर माझ्या वाक्यांमध्ये फेरफार करून वेळ मारून नेतो. नाटक पुढे कसं सरकेल, हे बघतो.***

***शिवानीदीदी :*** पण हे करण्यास सक्षम असण्यासाठी कोणत्या गोष्टींवर तुम्हाला आधी लक्ष द्यायला हवं? समजा, मी एक नटी आहे आणि नाटक सुरू असताना मी माझं भाषण विसरले. आता माझी भूमिका नीट पार पाडण्यासाठी तुम्हाला मला मदत करायची आहे. मग सर्वप्रथम तुम्हाला तुमच्या भाषणाकडे अवधान देणं गरजेचं आहे, बरोबर ना? यावेळी तुमच्याकडून दोन प्रकारे कृती

होऊ शकते. एक, तुमचं लक्ष तुमच्या भाषणावर केंद्रित करून मला काही संकेत मिळावा, अशाप्रकारे तुम्ही तुमच्या वाक्यांमध्ये आवश्यक तो बदल चपखलपणे करता आणि मीही त्या संकेतांचा बरोबर अर्थ लावत माझं काम योग्यप्रकारे पुढं चालू ठेवते. दुसरं, मी माझं भाषण विसरल्याचा तुमच्यावरही परिणाम होतो आणि त्यामुळे स्वतःच्या भाषणातून तुमचं सगळं लक्ष काढून मी काय बोलावं, कसं बोलावं हे सांगणं तुम्हाला अगत्याचं वाटू लागतं.

दिवसभर आपण इतरांच्या भूमिकेत किती लक्ष घालत असतो, हे तपासा. त्यांनी काय केलं पाहिजे, काय बोललं पाहिजे, यांनी कसं वागलं पाहिजे... आणि या प्रक्रियेत आपलं स्वतःच्या भूमिकेकडे, मी आता काय विचार करायला हवा, काय बोलायला हवं, याकडे मात्र दुर्लक्ष होऊन जातं. दिवसभरात किती वेळा आपण इतरांची भाषणं ठरवण्याचं काम करतो? टीव्हीसमोर बसल्या बसल्या थेट आपल्या पंतप्रधानांसाठी, क्रिकेटपटूसाठी, चित्रपटातील नटासाठी त्यांची भाषणं ठरवतो, त्यानं असा अभिनय करायला नको होता, त्यानं असे कपडे घालायला नको होते, त्यांनी हे केलं, ते बरोबर नाही... अशा गोष्टींमध्ये आपलं डोकं शिणवून, इतरांची भाषणं ठरवत आपणच आपली ताकद आणि वेळ फुकट वाया घालवत असतो. तर आता आपण फक्त एकाच भूमिकेत म्हणजेच आपल्या भूमिकेत लक्ष घालूया, फक्त त्याच भूमिकेचे संवाद लिहूया. कारण हीच एक गोष्ट आहे, जी सहजपणे अनुसरली जाऊ शकते. तुम्ही कसं असावं, कसं बोलावं, कसं काम करावं, कसं वागावं अशाप्रकारे तुमच्या भूमिकेची मांडणी मी सतत करत राहते. पण तुम्ही तसं वागाल का? मी इतर नटांचे संवाद लिहिते, ज्यांचा कोणीही वापर करणार नाही, किती अपव्यय म्हणायचा हा ताकदीचा आणि वेळेचा!

***सुरेश ओबेरॉय : निरूपयोगी आणि वेळ वाया घालवणाऱ्या गोष्टी मी करत राहतो, ही किती वेडेपणाची गोष्ट आहे!***

***शिवानीदीदी :*** आपण एकावेळी एकाच भूमिकेविषयी लिहू शकतो, जर मी तुमच्या भूमिकेच्या संवादांची मांडणी करत असेन, तर आत्ता खात्रीने मी माझ्या भूमिकेचं संवादलेखन करत नाही. जरा वेगळ्या दृष्टिकोनातून बघा, तुम्ही मला काहीतरी सांगता, जे मला रुचत नाही. म्हणून तुम्हाला राग येतो

आणि तुम्ही मला ओरडू लागता. आता या क्षणी माझी भूमिका काय आहे, त्याला अनुसरून मी कसं वागलं पाहिजे, याची दक्षता घ्यायची सोडून मीही तुम्हाला सांगू लागते, की माझ्याशी बोलण्याची ही योग्य पद्धत नाही. तुमची भूमिका सुधारण्याच्या नादात माझाही तोल सुटतो आणि लवकरच माझी भूमिका विसरून मी तुमच्या आवाजापेक्षा मोठा आवाज काढून तुमच्यावर ओरडू लागते. माझी भूमिका विसरून दुसऱ्याच्या भूमिकेत मी लक्ष घालू लागले, तर नाटकाचं काय होईल?

***सुरेश ओबेरॉय – बट्ट्याबोळ!***

***शिवानीदीदी :*** आणि हेच घडतं आपल्या आयुष्यात! आपण जर आपल्याच भूमिकेवर लक्ष केंद्रित करू तर इतर लोकही इशारा समजून घेतील. तुमच्या आजूबाजूला एखाद्याला राग आला आहे, त्याचा स्वतःवरचा ताबा सुटत चालला आहे. पण या वेळी तुम्ही स्वतःवर नियंत्रण राखलंत, तर तोही स्वतःवर नियंत्रण आणेल. याचं कारण तुम्ही तुमचा संयम सोडला नाही. तुम्ही तुमच्याच भूमिकेत राहिलात आणि त्यामुळे इतर लोकही त्यांच्या मूळ शांतीकडे, गुणाकडे परततील. दुसरी शक्यता म्हणजे सगळेच्या सगळे आपल्या भूमिका विसरून नियंत्रणाच्या पलीकडे जातील. म्हणून केवळ आपल्या भूमिकेवरच स्थिर राहणं याच पर्यायाची आपण निवड केली पाहिजे. कारण कोणत्याही परिस्थितीत अनुसरला जाणारा हा एकमेव पर्याय आहे. या व्यतिरिक्त अन्य पर्याय व्यर्थ विचारांच्या गटात जाऊन बसतात. म्हणूनच, दिवसभरात किती वेळा इतरांनी अशाप्रकारे वागावं, इतरांनी अशा प्रकारे बोलावं, असं आपल्याला वाटत आहे, याबद्दल जागरूक राहूया. हीच तर सजगता आहे.

***सुरेश ओबेरॉय : पण मग मी स्वतःला तत्काळ थांबवून विचारत का नाही, की मी माझा वेळ का व्यर्थ दवडतो आहे, मी काय साधणार आहे यातून?***

***शिवानीदीदी :*** आपण हे करणार आहोत, याचं कारण आपण आता सजग आहोत. पूर्वी आपण सजग नव्हतो. त्यामुळे असे विचार स्वाभाविक आहेत, असं मानायचो आपण. जेव्हा आपल्याला दिसतंय की नळ वाहतोय, पाणी वाया जातंय, तेव्हा आपण तो बंद करतो– तसं आहे हे.

***सुरेश ओबेरॉय : आपली ऊर्जा व्यर्थ जाते. बरोबर?***

***शिवानीदीदी :*** आपली ऊर्जा वाया जाते, याचं कारण जी गोष्ट आपल्या नियंत्रणात नाही तिला नियंत्रित करायला आपण बघतो.

***सुरेश ओबेरॉय : तुम्ही मागे छान सांगितलं होतं, आपल्यामध्ये निर्माण होणाऱ्या प्रत्येक विचारामुळे आपल्या शरीरात काही प्रतिक्रिया घडते.***

***शिवानीदीदी :*** हो. तुमच्या विचारांचा दर्जा तुमच्या शरीरस्वास्थ्यातून प्रतिबिंबित होतो.

***सुरेश ओबेरॉय : आता मला बऱ्याच बाबी स्पष्ट झाल्या. पूर्वी मला वाटायचं, 'गप्प राहणं कसं शक्य आहे? असं घडूनदेखील राग कसा येऊ द्यायचा नाही मी?' मला आठवतंय, पूर्वी एकदा माझी अवस्था फार बिकट होती, पार कफल्लक झालो होतो मी. मला रात्र रात्र झोप नसायची, कारण एका व्यक्तीनं माझ्याकडून पैसे उसने घेतले होते आणि नंतर मला धोका दिला होता. यामुळे माझा एवढा संताप व्हायचा की मनातल्या मनात त्या व्यक्तीला मी अक्षरशः झोडपून काढायचो. यामुळे माझा रक्तदाब वाढला.***

***शिवानीदीदी :*** या प्रसंगात कोणीतरी तुमच्या पैशांचा अपहार केला. तुमच्यासाठी ही बाब गंभीर आहे, हे नाकारता येणार नाही. त्याने तुम्ही उद्विग्न होणं, तुम्हाला राग येणंही स्वाभाविक आहे. पण आपण आपल्या नुकसानीला तिथंच थोपवून धरूया. माझे पैसे गेले खरे, पण ही गोष्ट माझ्या नियंत्रणातील नव्हती. बुडीत गेलेल्या माझ्या पैशांना जबाबदार दुसरा कोणी आहे. पण मी मात्र माझ्या मनाची शांतता गमावतोय, माझं आरोग्य, माझ्या नातेसंबंधातील सुसंवाद गमावतोय आणि या सर्व हानीला मात्र मीच जबाबदार आहे.

मी हे म्हणू शकते की त्यानं मला फसवलं. त्याच्यामुळे मला आर्थिक फटका बसला. पण इतर जे काही मी गमावलं आहे, त्याचं कारण मात्र मीच आहे. हे मी स्वतःहून माझ्यावर ओढवून घेतलं आहे.

***सुरेश ओबेरॉय : म्हणजे माझंच वागणं बेजबाबदारपणाचं होतं तर, पण मला तर ते स्वाभाविक वाटत होतं!***

***शिवानीदीदी :*** नेहमी एक गोष्ट लक्षात ठेवा, जे मी इतरांसाठी करते, असं मला वाटतं, ते वास्तवात मी माझ्याचसाठी करत असते. मी जर एखाद्याशी रुक्षपणे वागत असेन, त्याच्याशी रागाने बोलत असेन, तर मी स्वतःशीच रुक्षपणे वागते, स्वतःशीच रागाने बोलते, असं होईल. याचं कारण मी जे काही निर्माण करते, त्याची निर्मिती आधी माझ्या मनात होते. म्हणजेच मी निर्माण केलेल्या गोष्टींचा अनुभव सर्वप्रथम मीच घेते. मी तुमच्याशी रुक्षपणे वागल्याचा कदाचित तुमच्यावर परिणाम होणारही नाही, पण तो विचार मीच निर्माण केल्याने माझ्यावर याचा खात्रीने परिणाम घडून येणार. म्हणूनच आपण जेव्हा कधी दुसऱ्यासाठी काही करतो, मग ते चांगलं असो की वाईट, त्याचा परिणाम दुसऱ्यावर कमी आणि स्वतःवर मात्र जास्त होतो.

***सुरेश ओबेरॉय : निरोगी विचार म्हणजेच निरोगी शरीर, निरोगी आयुष्य!***

***शिवानीदीदी :*** आणि यासाठी आवश्यकता आहे माझ्या शुद्ध, प्रेममय आणि क्षमाशील विचारांच्या जोपासनेची. माझ्याशी वागताना जर कोणी चुकलं, तरी मी त्याला माफ करते आणि ते विसरून जाते. त्यावेळी मी 'त्याला' क्षमा करत नसते, तर मी 'स्वतःला' क्षमा करत असते. जर मी माझ्या मनात त्या व्यक्तीबद्दल द्वेष आणि तिरस्कार साठवून ठेवला असता, तर त्याचा परिणाम त्या व्यक्तीला नव्हे, मला भोगावा लागला असता. कारण त्याची साठवण मी माझ्यामध्ये केली होती. त्याची निर्मिती मी करणार आणि त्याचा अनुभवदेखील मीच घेणार. म्हणजे त्या भावनेला जबाबदार संपूर्णपणे मीच असणार.

***सुरेश ओबेरॉय : एवढ्यातच मला एक 'ब्रह्माकुमार' साधक भेटले होते. त्यांनी त्यांच्या बाबतीत घडलेली घटना मला सांगितली. कोणीतरी त्यांना पन्नास हजार रुपयांना फसवलं. खरंतर, त्यांच्यासाठी ही रक्कम मोठी होती. पण यावर त्यांची प्रतिक्रिया काय होती? ते म्हणाले, 'ईश्वर त्याला इतकं उदंड ऐश्वर्य देवो, की तो पुन्हा कोणाशी असं वागणार नाही. बहुतेक बिचाऱ्याला पैशांची नड असणार, ईश्वरानं याच्या दसपट पैसे त्याला द्यावेत. म्हणजे अन्य कोणी माझ्यासारखा त्याच्याकडून फसवला जाणार नाही.' ज्यानं त्या साधकाला लुबाडलं होतं, त्याच माणसानं पुढं आठ वर्षांनंतर घरी येऊन सगळे पैसे परत केले.***

***शिवानीदीदी :*** तुम्हाला परिचित असलेल्या गृहस्थानं त्या इसमाकडे सात्त्विक विचारांची स्पंदनं, सदिच्छा आणि शुद्ध ऊर्जा पाठवली. पुढे आठ वर्षांनी त्या इसमानं परत येऊन त्यांचे पैसे परत केले. पण प्रश्न हा आहे, की या आठ वर्षांत त्यांच्या मनाची स्थिती कशी होती? तर त्या गृहस्थांनी असा विचार केला, की ज्यानं त्यांचे पैसे घेतले होते, त्या इसमाला कदाचित पैशांची निकड असावी. त्यांनी त्या माणसाला उदंड पैसे मिळावेत, अशी प्रार्थना केली. म्हणजे नेमक्या शब्दांत सांगायचं झालं, तर ते गृहस्थ शांतचित्त राहिले. मनामध्ये वैरभाव बाळगण्याचा पर्यायदेखील त्यांच्यासमोर उपलब्ध होता. त्या इसमाप्रती मनामध्ये आठ वर्षं सूडभाव आणि द्वेष जागवत ते राहू शकले असते. आठ वर्षांनी त्यांचे पैसेही त्यांना परत मिळाले असते. पण या आठ वर्षांमध्ये त्यांनी स्वतःची जी हानी करून घेतली असती ती त्यांना मिळालेल्या पैशानं कधीच भरून आली नसती.

***सुरेश ओबेरॉय : कदाचित बरेचजण आपल्याशी याबाबत सहमत होणार नाहीत. हा तर आपला कमकुवतपणा झाला. 'मी का गप्प राहू? मारीनच मी त्याला...' असं म्हणतील. तेव्हा या विषयावर अधिक विस्तारानं आपण पुढील भागात बोलू या. आत्ता एक छोटंसं चिंतन करू.***

• • •

चित्त शांत ठेवून या विचारांवर आपण चिंतन करूया :

*मला पाहू दे माझ्याकडे... मी माझ्याशी प्रामाणिक आहे... दिवसभरातल्या अन्य लोकांप्रती होणाऱ्या प्रतिक्रिया मला पाहू दे... ज्यामध्ये क्रोध आहे... असूया आहे, टीका-द्वेष आहे... इतरांनी माझ्याप्रती केलेल्या वर्तनानुसार मला या प्रतिक्रिया स्वाभाविक वाटतात...पण मला आता हे थांबवलं पाहिजे... मी हे कोणाला देते? ही माझी निर्मिती आहे आणि मीच ती अनुभवत आहे... या उर्जेचा पुरवठा मी माझ्या मनाला खाद्य म्हणून करतेय... आता मला हे थांबवू दे व स्वतःला विचारू दे... माझी हानी खरंतर कोण करत आहे? मला पीडा देणारा कोण आहे? मी निवड करू शकते... मी शुद्ध शांतिमय अस्तित्व आहे... एक*

*नट इतर नटांबरोबर त्याची भूमिका पार पाडत असतो... प्रत्येकजण त्याची भूमिका पार पाडतो... पण मी तो नट आहे, ज्याला स्वतःच्या मूळ अस्तित्वाची, खऱ्या भूमिकेची पूर्ण जाणीव आहे... मी ते शुद्ध अस्तित्व... माझ्या मूळ स्वरूपाचं भान ठेवत मी माझी प्रत्येक भूमिका पार पाडते... कधी मित्र, कधी अधिकारी; मात्र ज्या ज्या ठिकाणी मी जाते, तिथे फक्त मी 'शांतस्वरूप आत्मा' असते... आणि तेच असतं माझं शुद्ध स्वरूप... ॐ शांती!*

## आनंदाचा पासवर्ड

- आपण आपले विचार बदलले तर आपले शब्द आणि कृतीही बदलतील. त्यामुळे व्यक्तिमत्त्वाच्या परिवर्तनाची सुरुवात आपल्या विचारांपासून होते.
- इतरांशी बोलताना त्या व्यक्तीला प्राप्त झालेल्या देहाशी, पदाशी, स्थानाशी संवाद न साधता तिच्या आत्म्याशी, शुद्ध स्वरूपाशी संवाद करूया. जर केवळ प्राप्त गोष्टी विचारांत घेऊन आपण बोलत असू, तर ते दोन अहंकारांमधील संभाषण ठरेल.
- प्रत्येक परिस्थितीत, आपण इतर अनेक नटांबरोबर आपली भूमिका पार पाडत असतो. त्यांच्या भूमिकेचे संवाद लिहिणं आपण थांबवूया, कारण ती आपल्या नियंत्रणातील गोष्ट नाही. आपण केवळ आपल्याच भूमिकेत लक्ष घालूया. इतर लोक काय करत आहेत, यावर आपण सतत विचार करत राहिलो, तर आपण आपल्यातील ऊर्जा क्षीण करू.

# तुम्हीच तुमचे भाग्यविधाते!

***सुरेश ओबेरॉय : शिवानीदीदी, आपण सजगता आणि विचार यांविषयी बोलत होतो. माझा असा अनुभव आहे की, मी सजग नसतानाच माझ्याकडून अनेकदा कृती घडते. विचार इतक्या वेगाने येतात आणि जातात की त्यांची जाणीव होणं किंवा त्यांच्यावर नियंत्रण ठेवणं थोडं अवघडच आहे. पण मी स्वतःची सजगता वाढवण्याचा प्रयत्न केला त्यामुळे आता जेव्हा कधी मला राग येतो, त्यावेळी मी स्वतःला मध्येच थांबवू शकतो. माझ्या रागाला तोंड फुटण्याआधीच माझ्यात सजगता येण्याची मी प्रतीक्षा करतो.***

***शिवानीदीदी :*** जागरूक राहणं ही सुरुवातच किती मोलाची आहे हे तुम्हाला ठाऊक आहे? रागावण्याची प्रक्रिया तुम्ही मध्येच थांबवू शकता. याचाच अर्थ असा की, स्वतःवरील ताबा सुटल्यानंतर पूर्वपदावर येण्यासाठी पूर्वी तुम्हाला दहा मिनिटे लागत होती, कदाचित आता तुम्ही एका मिनिटाच्या आत ते जमवू शकता.

***सुरेश ओबेरॉय : मला माझ्या आतून कोणीतरी सांगत असतं, आठवण करून देत असतं, 'स्वतःवर ताबा ठेव.'***

***शिवानीदीदी :*** अगदी बरोबर! असं का घडतंय याचा विचार करा. आधी तुम्ही 'क्रोध स्वाभाविक आहे' असं म्हणायचा. आता मात्र तुम्ही म्हणताय, 'सजगता हाच माझा स्वभाव आहे. क्रोध स्वाभाविक नसून सजगताच

स्वाभाविक आहे.' चिडचिड, आदळ आपट केली की काम पूर्ण होतं, अशी जुनी श्रद्धाप्रणाली होती आणि त्यामुळे आपल्या क्रोधाचं समर्थन केलं जात असे. शिवाय, त्यात बदल होण्याची आपल्याला मुळीच आवश्यकता भासत नसे. पण आता आपण एका नव्या श्रद्धाप्रणालीचा अनुभव घेत आहोत. शांती स्वाभाविक आहे आणि आम्हाला शांती हवी आहे. तो आमचा मूलभूत संस्कार आहे, हे आपल्याला समजलं आहे.

***सुरेश ओबेरॉय : आपण गेल्या संभाषणामध्ये एक प्रश्न अर्ध्यावरच सोडला होता. लोक म्हणाले असते, 'अरे, हा तर कमजोर आहे त्याला चारचौघात अद्‌वातद्‌वा बोलण्यात आलं तरी त्यानं तोंडातून 'ब्र'सुद्धा काढला नाही.'***

***शिवानीदीदी :*** मला जे वाटतं ते महत्त्वाचं की लोकांना जे वाटतं ते, हे आपण आधी बघू या. हा प्रश्न फार मोठा आहे. आपण काळजीपूर्वक तपासून पाहिलं पाहिजे. आपल्यातील प्रत्येकासाठी हा प्रश्न वेगळा असेल. काहीजणांना आपली व्यक्तिगत सुस्थिती महत्त्वाची वाटेल, तर काहीजणांसाठी इतरांचे त्यांच्याविषयीचे अभिप्राय महत्त्वाचे असतील.

***सुरेश ओबेरॉय : मला तर दोन्ही गोष्टी महत्त्वाच्या वाटतात. पण खरं सांगायचं तर माझ्या स्थितीला मी अधिक महत्त्व देईन.***

***शिवानीदीदी :*** आपण हे दृश्य पाहू. कचेरीत दोन व्यक्ती आहेत. त्यातील एक व्यक्ती दुसऱ्या व्यक्तीला ओरडून शिव्या घालते आहे, अद्वातद्वा बोलते आहे. ते ऐकून दुसरी व्यक्तीही पहिल्या व्यक्तीच्या दुप्पट आवाज चढवून त्याच भाषेत उत्तर देते आहे. याला आपण ताकद म्हणायचं का? आणि समजा, त्याच परिस्थितीमध्ये जर दुसरी व्यक्ती, आपला दृष्टिकोन स्पष्ट करण्याची ही योग्य वेळ नव्हे, हे ओळखून शांत आणि स्थिर राहिली, केवळ बाह्यतःच स्थिर राहिली नाही, तर अंतःकरणात दुसऱ्या व्यक्तीविषयी सहानुभूती ठेवून तिनं त्या व्यक्तीचं भलं चिंतलं. आता जर या घटनेचे तुम्ही साक्षीदार असाल, तर या वागण्याला तुम्ही त्या व्यक्तीची कमजोरी म्हणाल का? थोडा वेळ आपण ही ताकद आहे की कमजोरी, याविषयी विचार नको करायला. असं बघूया, की या दोन प्रतिक्रियांपैकी कोणती प्रतिक्रिया जास्त सुलभ आणि

समंजसपणाची आहे? जर आपल्यावर कोणी आवाज चढवून बोललं, तर प्रत्युत्तरादाखल त्याच्यावर परत तसाच आवाज चढवून बोलणं सोपं आहे, की आत्ताच आपल्याशी चढ्या आवाजात बोललेल्या व्यक्तीविषयी मनामध्ये जराही किंतु न बाळगता त्याच्याविषयी सद्भाव ठेवणं सोपं आहे?

***सुरेश ओबेरॉय : दुसरा पर्याय तर फारच कठीण आहे.***

***शिवानीदीदी :*** जी गोष्ट कठीण असते, ती करायला ताकद लागते.

***सुरेश ओबेरॉय : कठीण गोष्ट पार पाडणं म्हणजे ताकदीचं काम, असं तुमचं म्हणणं आहे का?***

***शिवानीदीदी :*** होय. कारण अवघड गोष्ट करण्यासाठीच ताकद लागते. मला जर खुर्ची उचलायची आहे, तर त्यासाठी ताकद लागणारच. मी म्हटलं, की मला नाही जमत, तर तो माझ्या शरीराचा कमकुवतपणा झाला. नकारात्मक शक्तींच्या प्रवाहाविरुद्ध मार्गक्रमण करण्यासाठी आधी स्वतःला सुरक्षित ठेवून त्या नकारात्मक शक्तीप्रवाहाविरुद्ध सकारात्मक ऊर्जा निर्माण करण्यासाठी फार मोठ्या ताकदीची गरज असते. त्यानं माझ्यावर आधी आवाज चढवला, असं म्हणत प्रत्युत्तरादाखल आवाज चढवायला काही ताकद लागते का?

***सुरेश ओबेरॉय : शाळेत असताना बदमाश मुलं आम्हाला कधीकधी उगीचच धमक्या देत असत. त्यावेळी जर आम्ही निमूट राहिलो असतो, तर आम्हाला 'भागूबाई' म्हटलं गेलं असतं. 'तू मर्द नाहीस' असं म्हणाली असती बाकीची मुलं.***

***शिवानीदीदी :*** जेव्हा आपल्याला कोणी धमकावतं, तेव्हा वरवर जरी आपण शांत भासलो तरी आतून मात्र आपण क्षुब्ध होतो. जर माझा बॉस मला झापत असेल, तर त्याच्या हुद्याकडे बघून मी तोंडातून शब्दही काढत नाही. पण आतून मात्र मी अस्वस्थ होते. माझ्या अंतःकरणावर आघात होत असतो. आता लोक म्हणतील, मग मीही त्यावर काही प्रत्युत्तर करावं, म्हणजे मामला संपला. राग कोंडून ठेवण्यापेक्षा राग बाहेर पडलेला कधीही चांगला. पण इथे आपण आपला राग कोंडून ठेवण्याबाबत बोलत नाही. आपल्याला प्रक्षुब्ध करणारी ऊर्जाच आपण उत्पन्न करू नये. ताकद लागते ती अशा वेळी!

***सुरेश ओबेरॉय : शिवानीदीदी, आजकाल आपल्या वरिष्ठाला साधा एक शब्द उलटून बोलणंही अवघड आहे. प्रत्येकजण आपापली प्रतिष्ठा सांभाळायच्या मागे असतो. वरिष्ठ काय बोलेल, ते चुपचाप ऐकून घेतात लोक. पण मनातून ते सलत राहतात.***

***शिवानीदीदी :*** *म्हणजे त्यांच्या क्रोधाची निर्मिती त्यांनी याआधीच सुरू केली आहे. हा संताप मूक आहे, जो आतमध्ये खदखदत राहतो. पण क्रोध हा क्रोधच. मग तो मनातील सल असो की द्वेषभावना, किंवा शब्दशः शिवीगाळ असो... त्याचा तुमच्यावर काही ना काही आघात उमटतच असतो. पण जेव्हा मी माझे विचार आणि भावना यांची निगा राखू लागते, तेव्हा सर्वप्रथम मी माझ्या रागाला बाहेर पडू न देण्यासाठी आणि नंतर टप्प्याटप्प्याने तो माझ्या मनातही तयार होणार नाही यासाठी सक्षम बनते. माझ्यासमोर माझा वरिष्ठ अधिकारी असो किंवा माझं मूल- मला त्यामुळे फरक पडणार नाही. कारण माझ्या वागणुकीचा नियम दोघांसाठीही समान असेल.*

***सुरेश ओबेरॉय : तर मग असीम आनंदाचा अनुभव घेण्यासाठी एखाद्यानं काय करावं? अशा प्रकारचं मानसिक स्थैर्य त्यानं कसं प्राप्त करून घ्यावं?***

***शिवानीदीदी :*** त्यानं प्रथमतः हे लक्षात घ्यावं, की क्रोध ही काही माझी ताकद नाही, तो माझा कमकुवतपणा आहे. कारण त्या क्षणी माझा स्वतःवर ताबा नसतो आणि स्वतःवर ताबा नसणं ही काही आपली ताकद नव्हे.

***सुरेश ओबेरॉय : क्रोध ही जर आपली ताकद नाही, तर मग 'क्रोध' ही आपल्या मनातली पोकळी आहे का? हे आपलं वैफल्य आहे, आपला न्यूनगंड आहे?***

***शिवानीदीदी :*** क्रोध हा आपल्या अंतःकरणात निर्माण होणारा कल्लोळ असतो; ज्याचं आपण समर्थन करतो, त्यासाठी इतर जगाला मी जबाबदार धरते आणि त्याच्या प्रतिशोधाची आस मनात बाळगते. क्रोध कुणा एकामुळे येतो, मात्र तो दुसऱ्याच कुणावर काढला जातो. निरनिराळ्या व्यक्तींसमोर, निरनिराळ्या प्रकारे आपण रागाला वाट करून देतो. तुम्ही म्हणता, मी माझ्या वरिष्ठाला काही बोलू शकत नाही म्हणून मी जेव्हा घरी येतो, तेव्हा माझ्या

पत्नीला फैलावर घेतो. पत्नी मला उलटून बोलू शकत असल्याने मग ती तिचा राग मुलांवर काढतो. त्या तापलेल्या प्रसंगी मी क्रोध माझ्या आतमध्ये जमा करून ठेवते. मी त्यावेळी त्याची निर्मिती केली, पण त्याचा निचरा केला नाही. क्रोधाला तसाच साठवून ठेवत मग मीही वेळोवेळी कधी याच्यावर नाहीतर त्याच्यावर राग काढून निचरा केला. आपण ही प्रक्रिया अधिक नीट समजून घेऊया. कदाचित त्यामुळे आपण आपल्या आयुष्यात नेमकं वागतो कसं, याकडे थोडं लक्ष देता येईल. मला सांगा, माणूस प्रत्येकवेळी विचार करतो आणि त्यापाठोपाठ काय घडतं?

***सुरेश ओबेरॉय : विचारानंतर कृती घडते.***

***शिवानीदीदी :*** ती नंतर घडते, आपण विचार केल्या केल्या काय घडतं?

***सुरेश ओबेरॉय : मी विचार करताच काही विशिष्ट भावना माझ्या मनात तयार होतात.***

***शिवानीदीदी :*** बरोबर. मी विचार करताच मनात एक भावना निर्माण होते. आपल्या विचारांची आपल्याला कधी कधी जाणीव राहत नाही. पण आपल्याला भावनांची मात्र जाणीव होते. मी म्हणते की मला आज तितकंसं उत्साही वाटत नाही. आता या भावनेसाठी मी विचार कोणता केला होता, ते मला खात्रीने सांगता येत नाही. पण मला आज उत्साही वाटत नसल्याची मला जाणीव आहे किंवा मला आज फार छान वाटतंय, हेही आपल्याला लगेचच जाणवतं. म्हणजे भावना काहीही असो, मला जे वाटतं, ते मीच निर्माण केलेल्या कुठल्याशा विचारामुळे वाटतं. म्हणूनच जर माझ्या विचारांप्रती जागरूक राहणं मला जमत नसेल, तर निदान आज मला कसं वाटतं, या बाबतीत तरी मी जागृत राहिलं पाहिजे कारण माझी भावना हा माझ्या विचारांचाच परिपाक आहे. मला तुम्हाला भेटायचं आहे, हा मी विचार करते आणि त्या पाठोपाठ माझ्या पूर्वानुभवानुसार किंवा तुमच्याबद्दल मी जे काही ऐकलं आहे, त्यानुसार माझ्यामध्ये भावना तयार होतात. विचारांच्या पाठोपाठ भावना उत्पन्न होतेच.

तुमच्याविषयीच्या, जगाविषयीच्या भावना एकत्रित होऊन त्याद्वारे माझा दृष्टिकोन तयार होतो. तुमच्याबद्दल केलेल्या विचारापाठोपाठ एक भावनाही

असते, आणि हे असे अनेक वेळा घडून आले की, माझा तुमच्याकडे बघण्याचा एक दृष्टिकोनदेखील तयार होतो. तुम्ही जाणताच की, आपण जेव्हा आपला दृष्टीकोन बदलण्याविषयी बोलत असतो, तेव्हा आपण खरं तर आपले विचार बदलण्याविषयीच बोलत असतो. मी माझा दृष्टिकोन कसा बदलावा? त्यासाठी मला मी करत असलेल्या विचारांना बदलावं लागेल.

नुसता दृष्टीकोन नाही बदलू शकत आपण. त्यासाठी आपल्याला आपले विचार बदलावे लागतात. विचार बदलले की दृष्टीकोन आपोआप बदलतो.

***सुरेश ओबेरॉय : आणि विचार बदलण्यासाठी काय करावं?***

***शिवानीदीदी :*** याबद्दलच आपण बोलतो आहोत. आरामशीर बसा, विचार तपासा, योग्य विचारांची निवड करा आणि चुकीच्या विचारांऐवजी नवे, सकारात्मक विचार रूजवा.

***सुरेश ओबेरॉय : म्हणजे सजग राहा आणि सराव करा. किंबहुना सजग राहणं हाच सराव आहे, सजग राहा, सजग राहा, सदासर्वदा सजग राहा, हाच सराव.***

***शिवानीदीदी :*** हळूहळू तुम्हाला आढळून येईल, की तुमचा दृष्टिकोन बदलून गेला आहे.

***सुरेश ओबेरॉय : त्यावेळी तुम्ही काही विचार न करता, केवळ उपस्थित राहायचं असतं. कारण ही एक स्वचलित घटना असते.***

***शिवानीदीदी :*** प्रक्रियेच्या योजनेतच ते अंतर्भूत आहे.

***सुरेश ओबेरॉय : म्हणजे विचारांप्रती सजगता हा पाया आहे तर...***

***शिवानीदीदी :*** विचार, भावना, दृष्टिकोन आणि 'ॲक्शन' अर्थात प्रत्यक्ष कृती यांविषयी बोलू या. माझा तुमच्याकडे बघण्याचा दृष्टिकोन जर सकारात्मक असेल, तर माझी तुमच्याशी बोलण्याची पद्धत, तुमच्याशी वागण्याची पद्धत, तुमच्याबरोबर मी जे जे काही करेन, ते आगळंच असेल आणि जर माझा दृष्टीकोन तुमच्याबाबत नकारात्मक असेल, तर मात्र हे सगळंच नकारात्मक असेल.

***सुरेश ओबेरॉय : तुम्ही आता जे 'ॲक्शन' (प्रत्यक्ष कृती) असं म्हणालात ना, तेव्हा मला कशाची आठवण झाली सांगू? सेटवर माझा प्रवेश चालला आहे आणि माझे दिग्दर्शक 'ॲक्शन' म्हणून इशारा करत आहेत. मी माझं काम सुरू करतो... ते 'कट्' म्हणताच, मी थांबतो.***

***शिवानीदीदी :*** हे तर आपण संपूर्ण दिवसभर करू शकतो. ॲक्शन आणि नंतर कट्. तुमच्या व्यवसायामध्ये एखादे दृश्य री-टेक किंवा पुनःचित्रित करण्याची तरी सोय असते. पण रोजच्या आयुष्यात असा री-टेक नाही मिळत आपल्याला. तुमची कृती एकदा होऊन गेली की संपलं. शिवाय, चित्रीकरणात तुम्हाला री-टेकची सोय असूनदेखील तुम्ही तुमच्या कामावर किती अवधान ठेवता! आणि आपल्या आयुष्यात री-टेकची कसलीही सोय नसूनसुद्धा आपण आपल्या कृतींना फारसं गांभीर्यानं घेत नाही. मी निर्माण करत असलेला प्रत्येक विचार माझ्यावर, माझ्या शरीरावर आणि माझ्या आजूबाजूच्या मंडळींवरदेखील एक प्रभाव टाकतो आहे. सुमारे दहा मिनिटं क्षोभजनक विचार केल्यावर मग अकराव्या मिनिटाला मी म्हणतो की बस, पुरे झालं आता. विचार बदलूया. ही दहा मिनिटं वाया गेली. म्हणून सदासर्वकाळ आपण सजग असणं गरजेचं आहे. हे सरावानंच साध्य होईल. हळूहळू या दहा मिनिटांची आठ मिनिटे होतील, आठाची पाच - तीन - असे होत होत अंतिमतः एका क्षणाचाही विलंबन करता आपण सजग होऊ. त्याच्याही पुढे जाऊन क्रोधाची निर्मितीच न होणं हा टप्पादेखील आपण गाठू. क्रोधाची निर्मिती होऊ लागताक्षणीच आपल्याला त्याची जाणीव होईल आणि लगेच आपण स्वतःला सांगू, "थांब, बदल कर...!"

***सुरेश ओबेरॉय : म्हणजे अशानं एक दिवस क्रोधाची निर्मितीच होणार नाही.***

***शिवानीदीदी :*** होय. कारण त्यावेळी माझ्यामध्ये मूळ स्वरूपाची, मीच ते विशुद्ध अस्तित्त्व असल्याची जाणीव प्रकटली असेल. सध्या मात्र आपण संक्रमणावस्थेत आहोत, जणू निद्रावस्थेत आहोत, जागे होण्याचा आपण प्रयत्न करतोय. सुरुवातीला किंचितशी जागही येते आपल्याला पण नंतर "जरा झोपू दे," असं आपण म्हणतो. त्याच प्रकारे, आपल्या सत्य स्वरूपाची आपल्याला जाणीव होते, मला जाग येऊन मी शांतिस्वरूप आहे, हे भान

येतं आणि नंतर फिरून आपण क्रोधनिर्मिती करतो, म्हणजेच परत आपण झोपी जातो.

***सुरेश ओबेरॉय : म्हणजे आधी विश्वास ठेवायला हवा. समजा, मी एखाद्याला म्हटलं, की तू शांतस्वरूप आहेस. तर तो मला उलट विचारेल, पुरावा काय याचा? प्रत्येकजण शांती प्राप्त करण्यासाठी उत्सुक आहे, हेच याचं कारण आहे का?***

***शिवानीदीदी :*** तुम्ही केवळ त्याच बाबींविषयी उत्सुक असता, जे तुम्ही स्वतः असता. आपलं शरीर पाच निसर्गतत्त्वांनी बनलेलं असतं – पाणी, वायू, आकाश, अग्नी आणि पृथ्वी. यांपैकी कोणत्याही घटकाची आपल्याला कमी भासली की आपलं शरीर त्या घटकाची मागणी करू लागतं. आता मला शुद्ध हवा का मिळवावीशी वाटते? मला पाणी प्यावंस का वाटतं? कारण आपलं शरीर या तत्त्वांनी बनलं आहे आणि सध्या शरीरामध्ये याचा तुटवडा जाणवतोय. यावेळी तुम्ही मला दुसरं काहीही दिलंत, तरी मी ते नको म्हणेन. त्याचप्रकारे, मी, माझं अस्तित्व सात तत्त्वांनी बनलं आहे. ती म्हणजे – शुचिता, शांती, शक्ती, प्रेम, ज्ञान, सत्य आणि आनंद. ज्यावेळी या सप्त तत्त्वांमध्ये असंतुलन होतं त्यावेळी आपण म्हणतो, मला शांती हवी, मला प्रेम हवं, मला बळ हवं, मला आनंद हवा...

हे मिळवण्याची प्रत्येकाची पद्धत निरनिराळी असेलही, पण प्रत्येकाला शोध मात्र याच गोष्टींचा असतो. कारण याच तत्त्वांनी आपल्यातील प्रत्येकाचं अस्तित्व घडलेलं असतं. क्रोधाचा वापर मी शस्त्रासारखा करतही असेन; पण त्यावेळची मी आतून आनंदी, सुखी कधीच नसतो. क्रोध हा काही माझा स्वभाव नाही. तो मी अर्जित केलेला एक संस्कार आहे, माझ्या अर्जित व्यक्तिमत्त्वाचे ते एक लक्षण आहे.

***सुरेश ओबेरॉय : कदाचित म्हणूनच आपल्याला शांततेत वावरायला, शांत व्यक्तींना भेटायला आवडत असावं. एखाद्या संताची संगत आवडते आपल्याला. विशिष्ट देवालयात, तीर्थस्थानी किंवा अगदी झाडाखालीही शांती अनुभवत राहायला आवडतं आपल्याला.***

***शिवानीदीदी :*** कारण त्यावेळी आपण आपल्या स्वाभाविक स्वरूपाच्या

निकट येतो. चांगलं वाटावं म्हणून आपण एखाद्या रमणीय ठिकाणी जाऊन सूर्योदयाची अथवा सूर्यास्ताची शोभा पाहतो. ट्रॅफिक जॅममध्ये अडकल्यावर आपल्याला मुळीच चांगलं वाटत नाही. का? कारण गोंगाट आणि कोलाहल हे काही आपले स्वाभाविक स्वरूप नाही. आणि म्हणूनच अशी जागा, व्यक्ती किंवा परिस्थिती, जी आपल्याला आपण जसे आहोत त्या खऱ्या स्वरूपाच्या निकट घेऊन जाते, ती आपल्याला चांगली वाटते.

***सुरेश ओबेरॉय : हे सातही गुण स्वत:मध्ये कसे विकसित करावेत?***

***शिवानीदीदी :*** ही प्रक्रिया पूर्णपणे समजून घेण्याचा प्रयत्न करा. आता 'मला शांती हवी' हा विचार बदलून 'मी शांतीच आहे' असा विचार मी करते. विचार बदलताच आता भावनाही बदलतात, दृष्टिकोन बदलतो आणि मग माझ्या कृतीही बदलतात. माझ्या कृतींना शांतीचा शोध घेण्यासाठी केंद्रित करण्याचे मला कारणच उरत नाही. कारण आता मी शांतीच आहे, हे जाणते, आणि म्हणून आता माझ्या कृती मला बोध झालेल्या माझ्या शांतीस्वरूपामार्फतच घडतील.

कोणत्याही कृतीची पुनरावृत्ती होत राहिली, तर ती सवयीत बदलून जाते. अशा अनेक सवयींच्या एकत्रीकरणातून माझ्या व्यक्तिमत्त्वाची उभारणी होते. मी कोण आहे? मी निर्माण करत असलेल्या माझ्या हरएक विचारांच्या एकत्रीकरणातून साकार होतं ते माझं व्यक्तिमत्त्व. व्यक्तिमत्त्व विकास शिबिरांतून आपण कशा प्रकारे बोलावं, कशा प्रकारे स्मित करावं, कशा प्रकारे एखाद्याला हॅलो म्हणावं, असं आपल्याला शिकवलं जातं. पण जर मनातूनच आपण आनंदी नसू, तर या गोष्टी काय कामाच्या? मी आनंदी नसताना माझ्या मुखावर स्मित कसं उमटणार? आणि समजा, तरीही मी बळजबरीने स्मित करत राहिले, तरी माझ्या अंतरातून कोणत्या प्रकारची ऊर्जा बाहेर पाठवली जात आहे? याचा अर्थ असा, की आपल्या व्यक्तिमत्त्वाचा उगमच मुळी आपल्या मनातून होतो. म्हणजेच आधी विचार मग भावना, दृष्टिकोन, कृती, सवय, आणि मग व्यक्तिमत्त्व अशा क्रमाने हे घडून येतं. आता शेवटच्या आणि महत्त्वाच्या पायरीपाशी आपण आलो आहोत. माझं हे व्यक्तिमत्त्वच सर्वत्र संचार करतं, समाजाचा एक घटक बनतं, कुटुंबात राहून संसार करतं आणि पावलोपावली माझं भवितव्य घडवतं आणि याची सुरुवात माझ्याच विचारांपासून होते.

***सुरेश ओबेरॉय : ओह! म्हणजे माझे विचार माझे भवितव्य ठरवतात आणि कुणाचंही आयुष्य ही त्याच्या विचारांची अभिव्यक्ती असते? मीच माझं भविष्य घडवतो, मीच माझ्या आयुष्याची उभारणी करतो आणि त्यासाठी आवश्यक वातावरणाची निर्मितीही मीच करतो. जे मी देत असतो तेच मला प्राप्त होतं. आजचा एक विचार आपलं सारं आयुष्य, भविष्य आणि भाग्य घडवतो.***

***शिवानीदीदी :*** आपलं नशीब बदलण्यासाठी आपण अगदी उतावीळ झालेलो असतो. त्यासाठी काहीही करण्यास आपण तयार असतो. त्यासाठी मोठमोठे ज्योतिषी आपण गाठतो, अंकतज्ज्ञ गाठतो, टॅरो कार्ड्स् वाचणारे लोक गाठतो. आपलं भविष्य त्यांनी सांगावं, अशी आपली अपेक्षा असते. त्यांनी ते सांगितल्यावर जर ते आपल्याला रुचणारं नसेल, तर मग आपलं भवितव्य बदलण्यासाठी त्यांनी काही तोडगा काढावा, असं आपण म्हणतो.

***सुरेश ओबेरॉय : मग आपल्या विचारप्रक्रियेमध्ये कसा बदल करावा?***

***शिवानीदीदी :*** पहिली पायरी म्हणजे हे आपल्यासाठी किती महत्त्वाचं आहे, हे समजून घ्यावं. पूर्वी आपण म्हणालो असतो, 'अमक्यानं मला असा त्रास दिला, आता मी त्याचा बदला घेणार.' पण आता माझे विचार आणि कृती माझं भाग्य घडवतात, हे ज्ञात झाल्यानं आपण विचारांची, भावनांची निगा राखतो. पण आपलं नशीब, प्रारब्ध याबाबत आपण संभ्रमित आहोत. आपण म्हणतो, माझ्याबाबत जे घडलं, ते माझ्या नशिबातच लिहिलेलं होतं, माझं प्रारब्धच तसं होतं. पण कुणी घडवलं हे नशीब? माझं प्रारब्ध घडवणारा नेमका कोण, हे माहिती नसल्यानं आपण खुशाल आपलं बोट आकाशाकडे करत म्हणतो, 'त्या देवानं माझं नशीब घडवलं.' म्हणजे आणखी कोणालातरी आपण त्याबद्दल जबाबदार धरतो. कारण ती जबाबदारी स्वीकारण्याची आपली तयारी नसते. पण वास्तव हे आहे, की मीच माझं भवितव्य निर्माण करते. जी ऊर्जा मी माझ्यामधून बाहेर पाठवते ते माझं कर्म असते आणि त्या बदल्यात कधी व्यक्तींच्या तर कधी परिस्थितींच्या रूपाने जी ऊर्जा माझ्याकडे येते ते असतं माझं भाग्य. आपण एखाद्या ज्योतिषाकडे जातो आणि तो आपल्याला एखादी अंगठी बोटात घालायला सांगतो कारण त्याच्यामुळे आपल्या परिस्थितीत सुधारणा होणार असते. आपणही त्याचं ऐकतो आणि ती

अंगठी बोटात चढवतो. जेव्हापासून ती अंगठी आपण घालतो, आपल्याला स्वाभाविकपणे वाटू लागतं की आपली परिस्थिती आता पालटणार... आणि सगळ्या गोष्टी मग चांगल्याच वाटू लागतात आपल्याला. याचं कारण, त्या अंगठीचा वापर आपण आपले विचार बदलणारी प्रेरणा म्हणून नकळतपणे करत असतो. विचार बदलल्याने मग आपलं नशीबही बदलतं.

***सुरेश ओबेरॉय : म्हणजे अंगठीवर आपली श्रद्धा बसते.***

***शिवानीदीदी :*** *खरं आहे! मी अंगठी धारण केली, पण या कर्मकांडावर माझा विश्वास नसेल, तर यामुळे मला काहीच लाभ होणार नाही.*

***सुरेश ओबेरॉय : कोणी साधू किंवा फकीर आपल्याला मंत्रांनी सिद्ध केलेला ताईत देतो आणि तो गळयात घालायला सांगतो. त्यामुळे आपल्यावर करणीचा किंवा भूतबाधेचा परिणाम होणार नाही, असं त्याचं म्हणणं असतं. मग आपणही, आता आपल्याला काही भीती नाही या विचाराने निर्धास्त होतो, म्हणजे आता आपले विचार बदलले आहेत.***

***शिवानीदीदी :*** पण तो ताईत घातल्यावर किती दिवस अशाप्रकारे विचार करण्यास तुम्ही सक्षम असता? आपल्यामध्ये सजगता नसेल, तर तो फार तर काही दिवस टिकेल आणि मग पुढे तो ताईत किंवा अंगठी तुमच्या शरीराचा केवळ एक भाग बनून राहील.

***सुरेश ओबेरॉय : या मुद्याचा मी विचारच केला नव्हता. आतासुद्धा जी अंगठी मी घालतो, तीही मला अशीच कोणीतरी दिली होती. पहिले काही दिवस मला तिची जाणीव होती. मला वाटायचं, ही अंगठी घातल्यानं आता माझ्यातील नकारात्मक गोष्टी दूर होतील आणि मी एक आनंदी व्यक्ती होईन. पण कालांतराने मला तिचा विसर पडला आणि मी माझ्या मूळ स्वभावाकडे परत आलो. मी आतून बदललो नव्हतोच.***

***शिवानीदीदी :*** तुमचे विचार बदलणारी एक प्रेरणा या अर्थाने तुम्ही या अंगठीचा वापर केलात. जोपर्यंत या अंगठीचं तुम्हाला भान असतं, तोपर्यंतच तुम्ही योग्य विचारांची निर्मिती करता. आता माझं सर्व काही सुरळीत होईल, माझं आता कोणीही वाकडं करू शकणार नाही, असा तुम्हाला विश्वास वाटतो. खरं तर विश्वासच गरजेचा आहे, मग भलेही तुम्ही बोटात ती अंगठी घाला

किंवा घालू नका. ती अंगठी तुम्ही घातली असल्यानं त्या अंगठीवरील श्रद्धा या विचारनिर्मितीला सोपं करते. पण एक महिना जातो, ती अंगठी तुमच्या शरीराचा एक भाग होते आणि मग तुम्ही पुन्हा नकारात्मक विचरांना बळी पडता. तुमच्या बोटात ती अंगठी आहे, याचं विस्मरण व्हायचा अवकाश, त्या अंगठीची जादूही संपून जाते.

***सुरेश ओबेरॉय : माझे विचार मीच निर्माण करतो, अंगठीसारखी बाह्यप्रेरणा हे एक कारण असतं?***

***शिवानीदीदी :*** अंगठी काहीच करू शकत नाही. तुमच्यातला विश्वासच सर्व काही करत असतो.

***सुरेश ओबेरॉय : मीच ते सामर्थ्य आहे आणि ते मीच निर्माण करतो. या संबंधात काही चिंतन सांगाल का?***

• • •

निवांत व्हा आणि शांत चित्ताने याचे चिंतन करा :

*माझ्या जीवनप्रवासातली माझी भूमिका मी लिहिते आहे... माझ्या प्रत्येक विचारातून मी माझे भाग्य लिहिते... कोणतीही परिस्थिती आपोआप तयार होत नसते, याची जाणीव होऊ दे मला... कारण मीच माझं भविष्य लिहिलं आहे... जे काही माझ्याबाबत घडत आहे, त्याचं टिपण तर मी खूप पूर्वीच करून ठेवलं होतं... मी जे आत्ता करत आहे माझे आत्ता जे विचार आहेत... त्यानं माझं वर्तमान आणि भविष्य ठरवलं जातं... त्याचं नियंत्रण, त्याचं सामर्थ्य संपूर्णतः माझ्याकडेच आहे... म्हणून मी सजग व्हायला हवं. माझं भाग्य मीच घडवत आहे... मी समर्थ आहे... परिस्थितीमुळे आणि इतरेजनांमुळे मी प्रभावित होत नाही... माझ्या भाग्याच्या अभिव्यक्तीसाठी माझ्या विचारांवर मी माझं ध्यान एकवटत आहे... ॐ शांती!*

## आनंदाचा पासवर्ड

- जर इतर व्यक्ती प्रतिक्रियात्मक पद्धतीने वागत असतील, तर त्यावेळी मी मनातून अविचल राहणं हीच ताकद असते, म्हणूनच शांती हा कमकुवतपणा नसून आपली ताकद असते.
- क्रोध ही आपली ताकद नव्हे. स्वतःवर नियंत्रण नसल्याची ती खूण आहे. दुखावलं जाणं, चीड हे क्रोधाचंच रूप आहे. त्यांची निर्मिती करणाऱ्यालाच त्याचा त्रास भोगावा लागतो.
- माझ्या प्रत्येक विचारापाठोपाठ एक भावना येते, म्हणून जर मी अप्रसन्न असेन, तर जरा थांबून मी कोणता विचार करत होते, हे तपासलं पाहिजे.
- माझ्या विचारांमुळे वेळोवेळी निर्माण होणाऱ्या भावना माझा इतर लोकांविषयी, परिस्थितीविषयी, कामाविषयी अथवा जगाविषयीचा दृष्टिकोन तयार करतात.
- जशी आपली वृत्ती, तशीच आपली कर्मं! एखाद्या कृतीची अनेक वेळा पुनरावृत्ती झाली, की तिची सवय बनते. माझ्या अनेक सवयींच्या एकत्रीकरणातून माझं व्यक्तिमत्त्व साकारतं. माझ्या आयुष्याच्या प्रत्येक पायरीवर माझं व्यक्तिमत्त्व माझं भविष्य निश्चित करतं.
- माझं अस्तित्व हे सात गुणांनी बनलं आहे. ते गुण म्हणजे शुचिता, शांती, प्रेम, आनंद, ज्ञान, सामर्थ्य आणि सत्य.

# सजगतेचं सामर्थ्य

***सुरेश ओबेरॉय : शिवानीदीदी, तुम्ही म्हणाला होतात, की आयुष्य आपल्या विचारांची अभिव्यक्ती असते. त्याचबरोबर तुम्ही भविष्य सांगणाऱ्या, अंगठी आणि ताईत देणाऱ्या ज्योतिषांचा आणि इतरांचाही उल्लेख केलात.***

***शिवानीदीदी :*** आपण ही गोष्ट योग्य दृष्टिकोनातून समजून घेण्याची गरज आहे. आपले आयुष्य मार्गी लागावे, म्हणून मार्गदर्शन करणारी किंवा आपले भविष्य वर्तवणारी ज्योतिष, अंकशास्त्र अशी कोणतीही शाखा एक शास्त्र आहे. अनेक लोकांनी या शास्त्रांचा दीर्घकाळ अभ्यास केला आहे, याचं सखोल ज्ञान प्राप्त केलं आहे. शरीरशास्त्राचा अभ्यास केलेल्या डॉक्टरसारखंच असतं हे. उदाहरणार्थ, माझ्या रक्ततपासणीचा अहवाल घेऊन मी एखाद्या डॉक्टरकडे जाते. तो अहवाल बघून ते म्हणतात की तुम्हाला भविष्यात मधुमेह होण्याचा धोका आहे. माझी आनुवंशिकता, सध्याची जीवनशैली आणि माझ्या प्रकृतीच्या सध्याच्या अवस्थेवरून केलेले हे मूल्यांकन आहे. ही नवीन माहिती घेऊन मी घरी येते. माझा प्रतिसाद दोन प्रकारे उमटू शकतो. 'मला मधुमेह होणार, कारण माझ्या आईला मधुमेह आहे, माझ्या आजीला आहे, मलाही खूप ताण असतात आणि माझी दिनचर्याही अनियमित आहे. शिवाय, डॉक्टरही म्हणतात की मला मधुमेह होणार' असा नकारात्मक दृष्टिकोन ठेवत जर मी योग्य उपाययोजना केली नाही, तर डॉक्टर जरी म्हणाले की मला वर्षभरात मधुमेह जडू शकतो, तरी सहा

महिन्यांच्या आत मला तो जडू शकतो. डॉक्टरांच्या माहितीवरून मी निर्माण केलेला ताण त्या विकाराला अधिक लवकर जडवतो. अंतिमतः मी हेच म्हणते, डॉक्टर म्हणाले ते खरं झालं.

मला ही माहिती मिळताच माझ्याकडे दुसरा पर्याय असतो की, मी स्वतःचा पूर्ण ताबा घेणं. मी माझ्या जीवनशैलीत बदल करते, ध्यानधारणा सुरू करते, प्राणायाम आणि योगाभ्यास सुरू करते. मी माझ्या खाण्यापिण्याच्या सवयी आणि झोपण्याच्या वेळा बदलते, चालण्याचा व्यायाम सुरू करते, माझ्या भावनांची निगा राखते आणि ही परिपूर्ण जीवनशैली पुढेही कायम ठेवते. यामुळे मला कधीही मधुमेह होत नाही आणि डॉक्टरांचं भाकीत मी खोटं ठरवते.

मला मधुमेह जडण्याची शक्यता संभवत होती, पण ती शक्यताच होती, वास्तविकता नव्हती. त्या शक्यतेला धोक्याचा इशारा समजत मी माझ्या जीवनशैलीत बदल केला. मी स्वतःवर नियंत्रण मिळवल्यानं माझ्या भवितव्याबद्दलचा ठोकताळा चुकीचा ठरला. पण जर मी स्वतःवर नियंत्रण न मिळवता माझ्याबाबतच्या शक्यतेला वास्तविकता म्हणून स्वीकारलं असतं, तर ती नक्की वास्तवता म्हणूनच प्रकटली असती. मी तिला आधीच स्वीकारले आहे. त्याबद्दल माझ्या मनात अस्वस्थता आणि चिंता असती तर तसं नक्की घडलं असतं. कारण तशी शक्यताही होती.

त्याचप्रकारे, मी एखाद्या ज्योतिषाकडे जाते. ग्रह, चंद्र, ताऱ्यांची सद्यःस्थिती, यांचा आधार घेऊन ते म्हणतात, असं घडण्याची शक्यता आहे, आणि ते येत्या सहा महिन्यांमध्ये किंवा येत्या दोन वर्षांमध्ये घडू शकेल. तुमच्या आरोग्यात बिघाड होऊ शकतो, तुमच्या व्यवसायात अडचणी येऊ शकतात, कोणाकडून तुम्हाला हानी पोचू शकते. ही फक्त शक्यता आहे, अजून तरी ही वास्तविकता नाही. शास्त्र जाणणाऱ्या एका व्यक्तीने वर्तवलेली ही शक्यता आहे, हे समजून घेणं महत्त्वाचं आहे. म्हणूनच, ही शक्यता वर्तवल्याबद्दल त्यांचे आभार मानावेत आणि स्वतःचा ताबा स्वतःच घ्यावा.

***सुरेश ओबेरॉय : म्हणजे या भाकिताला आपण धोक्याचा इशारा समजायला हवं का? आणि नंतर आपण मधुमेहाबाबत जी पावलं उचलली, त्याप्रकारे जीवनशैलीत सुधारणा करून त्यांनी वर्तवलेली शक्यता प्रत्यक्षात येणार नाही, हे पाहायला पाहिजे होते का?***

***शिवानीदीदी :*** होय. पण त्या इशाऱ्याने प्रभावित न होता तो ग्रहण करण्याची आपल्यापाशी क्षमता असेल, तरच. दुर्दैवाने होतं काय, एखाद्याने केलेले भाकित आपण वास्तविकता म्हणून स्वीकारतो. एका तज्ज्ञाचं हे मत आहे, शिवाय बऱ्याच लोकांबद्दल त्यांनी वर्तवलेलं भाकित खरं ठरलं आहे, म्हणजे माझ्याबाबत हे नक्की घडून येणार, असं आपण म्हणतो. आपण शक्यतेला वास्तविकतेमध्ये आधीच बदलून टाकलं आहे. हे घडून येणारच, असं आपल्या मनानं स्वीकारून टाकलं आहे. विचार भवितव्य ठरवत असतात. त्यामुळे तसं घडून येतंही.

***सुरेश ओबेरॉय : पूर्वी त्या तज्ज्ञाने केलेलं भाकित अनेकदा खरं ठरलं असावं. त्याच्यावर विश्वास बसण्यासाठी हे कारण असू शकतं.***

***शिवानीदीदी :*** खरं आहे, कारण हे शुद्ध विज्ञान आहे आणि त्या भविष्यवाणीमध्येही काही चूक नाही. ज्याच्या बाबत ती भविष्यवाणी वर्तवली गेली होती, ती भविष्यातील एक शक्यता होती. पण त्या व्यक्तीने मात्र ती शक्यता वास्तविकता म्हणून स्वीकारली. त्याच्या मनानं स्वीकार केल्यावरच ती वास्तव म्हणून प्रकटली.

***सुरेश ओबेरॉय : पण ही भविष्यवाणी ज्ञात झाल्यानं भवितव्य बदललंही असतं, असं नाही वाटत तुम्हाला?***

***शिवानीदीदी :*** समजा, एखाद्या ज्योतिषानं माझं भविष्य सांगितलं, "तुमचं सध्याचं ग्रहमान मुळीच अनुकूल नाही. पुढचे सहा महिने तुमच्यासाठी खूपच खडतर असतील. तुम्हाला कोणत्याही कार्यात सहसा यश मिळणार नाही." आता लक्षात घ्या की, हे एक भाकीत आहे. ही अनेक शक्यतांपैकी एक शक्यता आहे. समजा, मी त्या ज्योतिषाचं मत अतिगांभिर्यानं घेतलं, त्यावर मनापासून विश्वास ठेवला तर माझ्या अंतर्मनाला श्रद्धाप्रणालीच तशी बनेल. मग पुढील सहा महिने मला अपयशच येईल. कारण आता अपयशाचा विचार माझ्या मनात खोलवर रूजलाय. पण आता दुसरी शक्यता पाहू. समजा, मी अशा कोणत्याच ज्योतिषाकडे गेले नाही तर माझ्या मनात ही नकारात्मक माहिती मुळीच प्रवेश करणार नाही. त्यामुळे मार्गात कितीही अडचणी आल्या तरी मी मुळीच हताश होणार नाही. मी जोमानं, उत्साहानं माझे प्रयत्न सुरू ठेवेन. थोडक्यात, मला माझं भाकित ज्ञात आहे, ग्रहमान अनुकूल नसल्यानं

पुढील सहा महिन्यांमध्ये मला यश मिळणं दुरापास्त आहे, ही सूचना माझ्यावर इतक्या ताकदीनं प्रभाव टाकते की तिच्याविरुद्ध दुसरा विचार करण्यास मी सक्षम राहत नाही. मी माझा व्यवसाय सुरू करते, पण मनाशी म्हणते, की याचा काय उपयोग? या सहा महिन्यांत मला यश मिळणार नाही, मी जे काही करणार त्यात समस्या उभी ठाकणारच... आणि मग माझ्यासमोर छोटीशी जरी समस्या उभी राहिली, तरी मी म्हणते, हे व्हायचंच होतं... अडथळे ओलांडण्यासाठी आवश्यक असणारा माझा उत्साह मी गमावून बसते.

***सुरेश ओबेरॉय : म्हणजे अशी माहिती आपल्यापर्यंत न पोहोचणंच अधिक उपयुक्त आहे.***

***शिवानीदीदी :*** एकतर तुम्ही हे भाकित जाणून घेऊ नये किंवा जरी ते तुम्हाला ज्ञात झालं, तरी त्याच्यावर मात करणारे विचार तुम्ही निर्माण करावेत आणि त्याला ओलांडून पलीकडं जावं. एक आव्हान म्हणून तुम्ही ते स्वीकारावं.

***सुरेश ओबेरॉय : कारण मीच शांती आहे, मी आनंद आहे, मी ज्ञान आहे, मी समर्थ आहे.***

***शिवानीदीदी :*** अगदी बरोबर. आता कुठे आहे अडथळा? अडथळा असलाच तर तो बाहेर असेल. अडथळ्याला सामोरं जाण्यासाठी एकाच गोष्टीची गरज असते, ती म्हणजे अंतःकरणातील स्थिरता.

***सुरेश ओबेरॉय : खरंय! चालायला शिकत असताना मूल अनेकदा खाली पडतं. ही एक प्रक्रिया असते.***

***शिवानीदीदी :*** पण जेव्हा मूल खाली पडतं, तेव्हा परत उठून चालायला लागतं, ही गोष्ट महत्त्वाची आहे. समजा, कोणीतरी भाकित वर्तवलं, की पुढील सहा महिने तुम्ही उभेच राहू शकणार नाही, कितीही प्रयत्न करा चालायचा, तुम्ही खाली पडणार म्हणजे पडणार. आणि मग तुम्ही जेव्हा खाली पडता, तेव्हा म्हणता, विसरा आता हे चालणं, आता मी थेट सहा महिन्यांनीच चालायचा प्रयत्न करेन. कारण हे सहा महिने मी चालू शकणार नाही, अशी तुमची श्रद्धाप्रणाली बनलेली असते. तुम्ही योग्य ऊर्जा लावून चालण्याचा साधा प्रयत्नही करणार नाही आणि तुम्ही योग्य विचार निर्माण केले नाहीत, म्हणून तुम्हाला योग्य भवितव्यदेखील लाभणार नाही.

आपलं भविष्य ऐकल्यावर जेणेकरून पुढील सहा महिन्यांमध्ये आपण यशस्वी होऊ, म्हणून आपण यावरील उपायांची विचारणा करतो, तेव्हा विशिष्ट रंग परिधान करा, अमुक एक खडा वापरा, असं आपल्याला सांगण्यात येतं. त्यामुळे काय होतं? ग्रह बदलतात? नाही. ग्रह आहेत तसेच आहेत. पण आता आपणच असं काही करू लागतो, ज्याने आपले विचार बदलण्यास मदत होते. प्रथम आपल्याला ही सूचना मिळाली की, हे सहा महिने आपल्यासाठी खडतर आहेत. त्यामुळे आपण निरुत्साही झालो. पण आता आपल्याला ही सूचना मिळाली आहे की, अमुक एक खडा वापरला तर यश नक्की आहे. मग आपण हा विचार करतो की, मी आता हा खडा धारण केला आहे, तेव्हा आता कसलाही अडथळा येऊ दे, मी त्याच्यावर मात करीन. हा खडा घातल्यामुळे सर्व अडथळे मी पार करून जाईन.

***सुरेश ओबेरॉय : सूर्याची किरणे या खड्यातून आरपार जाऊन त्वचेमध्ये प्रवेश करतात, असं काही लोक बोलतात, त्याबद्दल काय सांगाल?***

***शिवानीदीदी :*** देवीदेवतांच्या तसबिरींमध्ये त्यांच्या मस्तकाभोवती लक्षणीय शुभ्र प्रकाश झळकताना दिसतो. ते चैतन्याच्या शुचितेचे प्रतीक आहे. जर ती व्यक्ती शुद्ध असेल, तर ते प्रभामंडल शुभ्र असतं. जर त्या व्यक्तीच्या ठायी काही अशुद्धी असेल, तर ते प्रभामंडल शुभ्र, पिवळसर सफेद वा पिवळं न राहता ते काहीसं लाल, निळं, करडं असं होऊ शकतं. बाह्य प्रेरणांचा वापर करून आपण या प्रभामंडलाचा रंग बदलण्याचा प्रयत्न करतो, आणि मग त्याचा आपल्या मनावरही परिणाम घडून येतो. म्हणजे आपण बाहेरून आत जातो. पण आतून बाहेर जावं, स्वतःचे विचार बदलणं हा सोपा मार्ग आहे. त्यामुळे माझं प्रभामंडलदेखील आपोआप बदलतं, स्पंदनं बदलतात आणि बाह्य परिस्थितीही बदलते.

***सुरेश ओबेरॉय : मूलतः रंग किंवा हे खडे आपलं प्रभामंडल बदलू शकतात?***

***शिवानीदीदी :*** होय. होतो त्यांचा उपयोग, पण किती प्रमाणात होतो आणि किती वेळासाठी? कोणीतरी तुम्हाला सांगतो की, लाल रंगाचा शर्ट घाला. त्याने परिस्थितीत सुधारणा होईल. पण एखादी व्यक्ती कितीवेळा लाल रंगाचा

शर्ट घालणार? त्याऐवजी तुम्ही प्रभावी विचारच का करू नयेत? आतमधील बदल अनुभवण्यासाठी बाहेरील गोष्टी बदलणं जास्त सोपं, असाच विचार आपण नेहमी केला. ते खरं तर बाहेर बदल अनुभवण्यासाठी आतमध्ये बदल करणं, असं आहे. ही प्रक्रिया आतून बाहेर अशी आहे, बाहेरून आत नाही. आतील बाजू माझ्या नियंत्रणात आहे आणि यामुळे होणारा बदल कायमस्वरूपी असतो.

***सुरेश ओबेरॉय : जेव्हा तुम्ही बाहेरून आत अशाप्रकारे ही प्रक्रिया करता, तेव्हा तुमचं पूर्ण नियंत्रण नसतं. भाकित वर्तवणारे लोक तंतोतंत बरोबर कधीच नसतात. मग बऱ्याचदा असं घडतं की, त्यांना फोन करून आपण विचारतो, की तुम्ही जे म्हणालात ते घडलं नाही. मग त्यावर तेही म्हणतात, 'साहेब, मीही माणूस आहे. नेहमीच बरोबर असू शकत नाही.'***

***शिवानीदीदी :*** ते वास्तविकता वर्तवत नाहीत, तर ते भाकित वर्तवतात; हे आपण लक्षात ठेवायला हवं. त्यांना काहीही बोलण्याचा अधिकार आपल्याला नाही. भवितव्याला टक्केवारी असतेच. तुमचे पुढील सहा महिने सुखाचे आहेत, असंही भाकित ते वर्तवू शकतात. समजा तुम्ही आतून निराश, हताश असाल तर तुमच्यासाठी काहीच सुखद नसेल. परिणामी, त्या ज्योतिषीचं भाकित तुम्ही खोटं ठरवाल. ज्योतिषी म्हणेल, ''पुढील सहा महिने ग्रहमान अनुकूल असल्याने सुखाचा वर्षाव होईल.'' पण तुम्ही म्हणाल, ''सुखाचा एक थेंबही माझ्यावर पडला नाही. सहा महिने दुःखातच गेले.''

बाह्य प्रेरणांचा आपल्या मनावर होणाऱ्या परिणामांबाबत आपण बोलत होतो. परिस्थिती, बाह्य वस्तू आणि अन्य व्यक्ती यांच्या प्रभावातून मुक्त राहण्यास मनामध्ये सक्षमता आणण्याचा आपण सराव करतो आहोत. बाह्य परिस्थिती आणि व्यक्ती यांच्या प्रभावांच्या पलीकडे माझं मन राहू शकत असेल तर आपण या ग्रहांच्याही प्रभावापलीकडे राहू शकू. ग्रह हेदेखील प्रभावी घटक आहेत. त्यांचाही काही प्रभाव आहेच, पण ग्रहांमुळे प्रभावित व्हायचं की त्या प्रभावाच्या पलीकडे निघून जायचं, हे सर्वस्वी आपल्यावर अवलंबून आहे. आपणच मनातून कमकुवत असू, तर प्रत्येक बाह्य गोष्ट आपल्यावर प्रभाव पाडेल. एखाद्या व्यक्तीचा क्षुल्लक शब्दही आपल्याला अस्वस्थ करून टाकेल कारण मी कमकुवत

आहे. सगळ्याच विचारांचा सामना करण्याची किंवा त्यांना सामावून घेऊन त्यांची बांधणी करण्याची मनाकडे ताकद नसल्यानं तुमचा एक शब्ददेखील पुढचा एक दिवस किंवा पुढील सहा महिन्यांपर्यंत मला अस्वस्थ करून टाकतो. असं असेल तर ग्रहांच्या हालचालीही मला सहा महिने अस्वस्थ ठेवू शकतात.

***सुरेश ओबेरॉय : अस्वस्थ व्हायचं की व्हायचं नाही, हे मूलतः माझ्यावर अवलंबून आहे.***

***शिवानीदीदी :*** होय. म्हटलं जातं, की या खोलीची दिशा अशी आहे, म्हणून या खोलीत नवरा-बायकोचं कधीच पटणार नाही, म्हणून शयनगृहाची जागा बदला, तज्ज्ञांच्या सल्ल्याने एखादी अयोग्य दिशा बदला आणि तिची दिशा योग्य ठेवा. पण ज्यांची घरं योग्य दिशेला आहेत, अशा सगळ्याच मंडळींचे नातेसंबंध सुरळीत आहेत असं दिसतं का? अर्थातच नाही. जर तसं झालं असतं, तर सगळ्यांनीच घराच्या दिशा बदलल्या असत्या, खडे धारण केले असते आणि सगळे आनंदी झाले असते. आपल्यातील बरेचजण हे करतातही, तरीही त्यांना पीडा आणि अपयश का भोगावं लागतं?

***सुरेश ओबेरॉय : पण लोकांना याचादेखील उपयोग होतो.***

***शिवानीदीदी :*** हो, पण थोड्याच काळापुरता. मी हे केलं, म्हणजे माझे संबंध आता सुधारणार, हा विचार ते करतात पण सहा महिने संपेपर्यंत आपण घराची दिशा बदलली, हे विसरूनही जातात. उत्तर, दक्षिण, पूर्व, पश्चिम या दिशा आहेत, चुंबकीय क्षेत्रं आहेत. या क्षेत्राचा काही प्रभाव पडत असेलही, पण परमक्षेत्र आपल्या अंतरंगातच आहे. जेव्हा आपण म्हणतो की उत्तर, दक्षिण, पूर्व, पश्चिम... दिशा कोणतीही असू दे, आम्ही गुण्यागोविंदानेच राहणार, तर आपण गुण्यागोविंदानेच राहतो. घराची दिशा चुकीची असेल, तरीही आपण एकमेकांशी जुळवून घेतो. आपल्याला एकमेकांशी जुळवूनच घ्यायचं नसेल, तर सर्वश्रेष्ठ रचनेच्या शास्त्रशुद्ध घरातही आपण एकमेकांशी फटकून वागू. आव्हान स्वीकारण्याच्या मनाच्या तयारीबाबत आहे हे. बाहेरची प्रत्येक गोष्ट नेहमीच बदलत राहणं शक्य नाही आपल्याला. ठीक आहे, मी घरामध्ये बदल करू शकेन, पण तुम्हाला मी कसं बदलू? 'माझी विचार करण्याची पद्धत' ही एकच गोष्ट मी बदलू शकते.

***सुरेश ओबेरॉय : पण वास्तुशास्त्राचं महत्त्व, दिशांचं महत्त्व, कर्मकांड यांबाबतचे मोठमोठे दाखलेही लोक देतात.***

***शिवानीदीदी :*** हे एक शास्त्र आहे, यात तर शंकाच नाही. पण आणखीही एक शास्त्र आहे; एक शक्ती आहे जी या मुळाक्षरांच्या, अंकांच्या आणि ग्रह-ताऱ्यांच्या शक्तीपेक्षाही मोठी आहे. ती आहे माझी स्वतःची शक्ती, माझ्या जागृतीची शक्ती... पॉवर ऑफ अवेअरनेस!

***सुरेश ओबेरॉय : पण या बाह्य शक्तींचा वापर करण्यात गैर काय आहे?***

***शिवानीदीदी :*** मी माझ्या मनावर नियंत्रण ठेवू शकत नाही, म्हणून मी बाहेर जे आहे त्यावर नियंत्रण मिळवते. माझा व्यवसाय मी कधी सुरू करावा, माझ्या ऑफिसची दिशा कोणती असावी, कोणता खडा मी धारण करावा, माझ्या ऑफिसमध्ये कोणते चिन्ह लावावे... अशाप्रकारे मी माझ्या आजूबाजूच्या गोष्टींवर उपाययोजना करते. कारण माझ्या विचारांना सांभाळण्याची माझ्यापाशी ताकद नसते.

***सुरेश ओबेरॉय : म्हणजे माझ्या आतमध्ये शक्तीचे भांडार भरलेले आहे आणि मी कटोरा घेऊन छोट्याछोट्या शक्तींची भीक मागत फिरतो आहे.***

***शिवानीदीदी :*** आपण आतमधून जेवढे कमकुवत होऊ, तेवढे जास्त आपण बाहेर शोध घेत फिरू. माझे स्वतःवर जितके कमी नियंत्रण असेल, तेवढी माझ्यातील शक्ती कमी होत जाते. कारण मी उपाययोजना करत नाही. योग्य वेळीच जर तुम्ही तुमच्या मुलाला शिस्त लावली नाही, तर अखेरीस ते वाया जाणार. आपल्या मनासोबतही असंच घडतं.

***सुरेश ओबेरॉय : मग एखाद्यानं नेमकी कोणती उपाययोजना करायला हवी?***

***शिवानीदीदी :*** मनाला शिस्त लावा, सजग रहा आणि योग्य विचारांची निवड करा.

***सुरेश ओबेरॉय : मी कोण आहे आणि माझे सामर्थ्य किती, हे समजून घेणं अतिशय महत्त्वाचं आहे. जर मीच शांती आहे, तर मला शांती हवी, असे मी म्हणणारच नाही.***

***शिवानीदीदी :*** होय. मग शांत राहण्यासाठी मला काहीही करावं लागत नाही.

***सुरेश ओबेरॉय : मग मीही मला सामर्थ्य द्या, अशी याचना करत नाही. कारण मीच सामर्थ्य आहे, मी ज्ञान आहे. जर मी इतका गडगंज आहे, माझ्या आतच इतकी समृद्धी आहे, तर मला इतर कशाची गरजच काय?***

***शिवानीदीदी :*** गरज पडणारच नाही. निदान बाह्य गोष्टींची तरी आपल्याला गरज पडणार नाही. आपल्या मनोरंजनासाठी, शारीरिक सौख्यासाठीआपल्याला बाह्य वस्तूंची गरज पडते. पण आनंदासाठी आणि शांतीसाठी मुळीच त्यांची गरज नसते.

***सुरेश ऑबेरॉय : मग मी सुट्टीवर जाताना माझे विचार काय असावेत? पूर्वी माझ्या कुटुंबातील मंडळींना खूष करण्यासाठी मी त्यांच्याबरोबर सुट्टीवर जात असे, पण तिथून परतताना जर माझा मुलगा दुर्मुखलेला असेल, तर माझा हिरमोड होत असे.***

***शिवानीदीदी :*** आनंदी होण्यासाठी सुट्टीवर जा, असं नव्हे; तर आनंदी व्हा आणि सुट्टीवर जा.

कारण मी आनंद मिळवण्यासाठी सुट्टीवर जात नाही, मी मजा करण्यासाठी, रोजच्या दिनचर्येमध्ये बदल घडवण्यासाठी सुट्टीवर जाते. सुट्टी म्हणजे हेच तर असतं. म्हणून सुट्टी आनंदाचा शोध घेण्यासाठी नसून आपल्यामध्ये ओतप्रोत भरलेल्या आनंदाला प्रकट करण्यासाठी, तो आपसांत वाटून घेण्यासाठी असणार आहे. जेव्हा आपण इतरांकडून अपेक्षा करण्यापेक्षा इतरांना देण्यात रस दाखवतो, तेव्हा लोकांकडून आनंद मिळवण्यासाठी नव्हे तर आपल्या आनंदाची इतरांवर पखरण करण्यासाठी आपण सर्व लोकांना भेटायला, सर्वांमध्ये मिसळायला उत्सुक होतो.

मी एक आनंदी आणि शांतिपूर्ण अस्तित्व आहे, पण मी हे तेव्हाच अनुभवू आणि प्रकट करू शकते, जेव्हा मी इतरांशी संवाद साधते. मी एकटीच बसत असेन, तर मला माझ्या गुणांना व्यक्त करता येणार नाही आणि ते अनुभवताही येणार नाहीत. म्हणूनच नातेसंबंध महत्त्वाचे असतात. मी परस्परसंबंधात असल्याशिवाय, या ऊर्जेची देवाणघेवाण केल्याशिवाय मला ती प्रकट करता येणार नाही आणि अनुभवताही येणार नाही. माझे गुण प्रकट

झाले, तरच मला त्यांचा अनुभव येतो. जेव्हा मी तुम्हाला क्रोध देते, तेव्हा आधी मी तो अनुभवते. त्याचप्रकारे, जेव्हा मी तुम्हाला शांती देते, तेव्हा आधी तिचा अनुभव मी घेते. कोणाशीतरी मी जोडलेली असते तेव्हाच मला अनुभूती होऊ लागते आणि म्हणूनच, मला काही हवं आहे म्हणून नव्हे, तर माझा आनंद प्रकट करण्यासाठी आणि त्याचा अनुभव घेण्यासाठी मी माझ्या कामावर जायला, माझ्या मित्रांना आणि कुटुंबियांना भेटायला आतुर असते.

***सुरेश ओबेरॉय : एखाद्या मनुष्याला जेव्हा इतरांना दाखवण्यासाठी काही करावं लागत नसेल, तेव्हा त्याला किती हलकंफुलकं वाटत असेल ना?***

***शिवानीदीदी :*** माणूस म्हणून आपलं अस्तित्व असलं, तरी आज आपण केवळ कृतींपुरते माणूस उरलो आहोत. कितीतरी गोष्टी आपण करत असतो. आपण स्वतःला माणूस म्हणतो, तर आपण जसं असणं अपेक्षित आहे, तसे आधी होऊ या. अध्यात्म आपल्याला सांगतं, जे करायचं ते आनंदानं करा.

***सुरेश ओबेरॉय : माणूस असणं आणि माणसासारखं वागणं... याचंच सार सांगणारं एक छोटंसं चिंतन आपण करू या.***

• • •

आरामशीर बसा आणि मनन करा :

*मी म्हणजे हा देह नव्हे. हा देह माझं वस्त्र आहे. हा देह एक यंत्र, एक वाहन आहे. मी या वाहनाचा चालक आहे. सजगता, शांती, पावित्र्य, शक्ती हे माझे मूळ गुण आहेत. आता मी माझ्याकडे, स्वतःकडे साक्षीभावाने पाहतोय. मी अनेक भूमिका साकारत असतो. घर, ऑफिस, समाज अशा प्रत्येक ठिकाणी मी विभिन्न भूमिकांत असतो. पण या भूमिका म्हणजे मी नव्हे;* मी या सर्व भूमिकांपलीकडे आहे. आता माझं ध्यान माझ्या कपालमध्यावर आहे. मी म्हणजे शांतस्वरूप आत्मा आहे... आज दिवसभरात मला याचं स्मरण राहील. *ॐ शांती!*

## आनंदाचा पासवर्ड

- भविष्य सांगणारी मंडळी केवळ एक शक्यता वर्तवतात. ते सत्य नसतं तर केवळ एक शक्यता असते.
- आपले भविष्य ऐकून घेऊन आपला पर्याय निवडण्याची, म्हणजेच आपले विचार आणि कृती निवडण्याची आणि आपल्या मर्जीनुसार वास्तव घडवून आणण्याची ताकद आपल्यात असते.
- आपण नेहमी विचार करतो की, आतमध्ये फरक अनुभवण्यासाठी बाह्य ठिकाणी बदल करणं गरजेचं आहे. पण सत्य हे आहे की आपण आपल्या अंतरंगात बदल घडवल्यास बाह्यजगातही बदल घडेल.
- आनंद आपल्याला बाहेरून प्राप्त होईल ही अपेक्षा अयोग्य आहे. आनंदाची निर्मिती आपल्या आतमध्येच होते आणि आपल्याला भेटणाऱ्या व्यक्तींना त्याचा लाभ होतो.
- शांतीचा अनुभव घेण्यासाठी काही करण्याची आवश्यकताच नाही. केवळ आपल्या अस्तित्वाची अनुभूती घ्या.

# मनातच घडते सर्व काही

*सुरेश ओबेरॉय : शिवानीदीदी, मी अलीकडेच एके ठिकाणी वाचलं, 'आधी शांती की आधी आनंद? तुम्ही शांत असल्यावर आनंदी होता की आनंद प्राप्त झाल्यामुळे तुम्हाला शांती मिळते?' त्या लेखात पुढं असंही म्हटलं होतं की, शांतीची आणि आनंदाची संकल्पना ही व्यक्तिपरत्वे भिन्न असते. मन हे चौखूर उधळलेल्या घोड्यासारखं असतं. या अतिचंचल मनाला काबूत ठेवण्याचा मार्ग म्हणजे सदाचरण! मला हीच गोष्ट तुमच्या शब्दांत समजावून सांगाल का?*

***शिवानीदीदी :*** जेव्हा तुम्ही शांत असता, तेव्हा तुमचं आनंदी होणं, तुमच्या आनंदाच्या कल्पनेवर, तुम्ही तो बाहेरून मिळवला की आतून, यावर अवलंबून असतं. आपण थोडं थांबून बाहेरील आनंद म्हणजे काय, ते तपासूया. तो बाहेरील आनंद नसतो, तर ती बाह्यप्रेरणा असते, जिचा वापर मी स्वतःसाठी आनंद निर्माण करण्यासाठी करते.

*सुरेश ओबेरॉय : तुम्ही म्हणता की, आनंद हा केवळ आपणच निर्माण करत असतो. अन्य कोणीच आपल्याला आनंदी किंवा दुःखी करू शकत नाही.*

***शिवानीदीदी :*** जेव्हा तुम्ही आनंदी असता किंवा दुखावलेले असता किंवा अस्वस्थ असता, तेव्हा थोडं थांबा आणि विचारा, हे कोण निर्माण करत आहे? परिस्थिती किंवा प्रेरणा कोणत्याही असल्या, तरी याची निर्माती मीच

असते. आपण जेवढे सजग राहू, तेवढं आपल्या लक्षात येईल की, आपण स्वत:च्या दु:खासाठी इतरांनाच जबाबदार मानत आलोय. पण जागृत होताच आपल्या लक्षात येतं की, मीच या आनंदाची किंवा दु:खाची निर्माती आहे. आता सजग व्हा आणि 'मी जे काही निर्माण करतेय ते कसं बदलता येईल' याचा विचार करा.

हा बोध जर आपल्याला झाला नाही, तर आपल्याला विवशता जाणवेल. कारण आपल्या आनंदासाठी इतर लोक जबाबदार आहेत, असा आपला विश्वास आहे. लोकांनी आपल्याला चांगलं म्हणावं, म्हणून आपण वाट पाहत राहू. आपल्याशी ते नेहमीच चांगलं वागतील, अशी आशाही मनात धरू. उद्या जर ते आपल्याशी चांगलं बोलले नाहीत तर? मग आपल्याला आनंद होणार नाही. इथे परावलंबन आहे, म्हणूनच भयही आहे. पण जेव्हा आपल्याला कळतं की, जे काही घडत आहे, ते आपल्या मनामध्ये घडतंय, तेव्हा तिथे सुरक्षितता असते आणि भविष्याबद्दलची निश्चिंतताही. म्हणूनच परिस्थिती सुखावह असू शकेल किंवा दुःखदायक असू शकेल, लोक प्रसन्न असतील किंवा अप्रसन्न असतील, मी मात्र केवळ एका व्यक्तीची काळजी घ्यायची आहे, माझी स्वत:ची. इतकं सोपं आहे.

तुम्ही उल्लेख केलेली दुसरी गोष्ट होती, ती म्हणजे मनाचा चंचलपणा. त्यावर अंकुश ठेवण्याचा एकमात्र उपाय म्हणजे त्याला चांगल्या वर्तनात गुंतवून ठेवणं. मन चंचल आहे, म्हणजेच मन संदिग्ध आणि विसंगत आहे. जेव्हा मन असं सतत बदलत राहतं, तेव्हा विचारांचा दर्जा काही फारसा चांगला नसतो. जेव्हा आपण शांतिमय असतो, तेव्हा आपलं मन हळुवारपणे आणि सावधानतेने काम करतं. जेव्हा आपण चिंताग्रस्त असतो, तेव्हा विचार वेगवान असतात. जेव्हा आपण स्थिर असतो, तेव्हा विचारांचा वेग कमी असतो. जेव्हा आपण भयभीत असतो, तेव्हा विचारांना वेग येतो. म्हणून माझं मन जेव्हा वेगवान आणि विसंगत असतं, तेव्हा माझ्या ऊर्जेचा दर्जा हा नक्कीच निम्न आणि नकारात्मक असतो. आता या मनाने इतरांसाठी हितावह कृती कराव्यात, असं आपल्याला वाटतं. परोपकार कृतीमध्ये नसतो, तर तो प्रथमतः ती कृती करताना जी ऊर्जा बाहेर पडते, तिच्यामध्ये असतो. इथे पुन्हा सैरावैरा धावणाऱ्या मनाला काबूत ठेवण्यासाठी तुम्हाला परोपकारी कृत्य करायला सांगितल्यानं तुम्ही शांत

राहण्यास मदत होईल, आपण बाह्य कृतींवर भर देत आहोत, ज्या तुम्हाला शांत राहण्यास मदत करतील.

***सुरेश ओबेरॉय : पण बाह्य परिस्थितीत थोडा बदल केला तर आपली मन:स्थितीसुद्धा बदलतेच ना! समजा, माझी मन:स्थिती खराब आहे. पण तरीही नाचण्याचा प्रयत्न केला किंवा हसण्याचा अभिनय केला, तर आधीपेक्षा माझा मूड नक्कीच चांगला होईल.***

***शिवानीदीदी :*** हो, काही मर्यादेपर्यंत आणि थोड्या काळाकरता हा उपाय लागू पडेल. लोक म्हणतात की, राग आल्यावर की दहापर्यंत अंक मोजा. पण आपण जेव्हा रागावलेले असतो, तेव्हा आपली प्रतिक्रिया उमटायच्या आधी हे तंत्र आपल्या लक्षातही येत नाही. समजा, तुम्हाला राग आला आणि त्यावेळी तुम्हाला जर हे आठवलं की, 'मला राग आलाय. आता मी थंड पाणी प्यायला हवं. मी उलट अंक मोजायला हवेत' तर या स्मरणामुळे तुम्ही आपोआप सजग व्हाल. मग राग येऊनही तुम्ही कोणतीही प्रतिक्रिया करणार नाही. कारण सजग झाल्यानं तुम्ही आपोआप शांत व्हाल.

***सुरेश ओबेरॉय : म्हणजे परत आपण फक्त सजग राहायला हवं या मुद्द्यापर्यंतच आलो.***

***शिवानीदीदी :*** *तुम्ही म्हणालात, जर मी थोडा नाचलो तर माझे मन समजून घेण्याच्या स्थितीत येते. म्हणजेच तुम्ही तुमच्या मनाला एक छोटासा अवधी दिला आहे. कशामुळे तरी मी अस्थिर आहे, पण आता तुमच्याशी सामना करण्याऐवजी मी थोडा अवधी घेते. हा अवधी कशासाठी? मी तुमच्याशी मुकाबला करू नये, यासाठी. मी माझ्या बाह्य कृतींना स्थगिती देते. समस्येचे विश्लेषण करते आणि कशाप्रकारे प्रतिसाद आला पाहिजे, हे ठरवते. प्रतिक्रिया आणि प्रतिसाद यात फरक आहे. प्रतिक्रिया स्वयंचलित आणि माझ्या नियंत्रणात नसते. प्रतिसाद म्हणजे विचार करणे, समजून घेणे आणि उत्तर देणे. आणि म्हणूनच हा छोटा अवधी घेण्याचा आपण प्रयत्न करतो. पण काहीवेळा, किंबहुना बऱ्याचदा प्रतिक्रियाच एवढ्या वेगाने येते की असा अवधी आपल्याला मिळतच नाही.*

***सुरेश ओबेरॉय : मला आठवतं, मी जेव्हा व्यवसाय करत होतो, तेव्हा दिवसभरात रागारागाने लिहिलेली बरीच पत्रे दुसऱ्या दिवशी सकाळी पोस्टात टाकू, म्हणून मी बाजूला ठेवून द्यायचो. प्रत्यक्षात मी अशी पत्रं कुणालाच पाठवली नाहीत.***

***शिवानीदीदी :*** मन फार वेगाने हालचाली करत आहे, म्हणून त्याचा वेग कमी होईपर्यंत तुमच्या प्रतिक्रिया स्थगित करा. वेगळ्या दृष्टिकोनातून तुम्ही परिस्थितीकडे बघा आणि तेव्हा कदाचित तुम्ही वेगळ्या प्रकारे प्रतिसाद द्याल. आत्ता आपण तेच करायचा प्रयत्न करत आहोत. मनाची गती कायमच कमी राहील मन सजग राहील यासाठी आता आपण कायमच प्रयत्नशील आहोत.

***सुरेश ओबेरॉय : परत तुम्ही 'सजगता' या मुद्द्याकडेच आला आहात.***

***शिवानीदीदी :*** होय, जर तुम्ही सजग असाल, तर विचारांचा वेग कमी असेल. कल्पना करा की, तुमच्या खोलीमध्ये एक मूल खेळत आहे. तुम्ही जर त्या मुलाकडे लक्ष दिलं नाही, तर ते मूल मनाला येईल तसं करतं- वस्तू आदळतं, फोडून टाकतं. आता तुम्ही कोपऱ्यात उभे रहा आणि मुलाचं निरीक्षण करा. काही बोलू नका, काही करू नका. फक्त त्याचं निरीक्षण करा. ते सावध होतं आणि त्याच्या खोड्यांना आवर घालतं.

***सुरेश ओबेरॉय : या मुलाला (म्हणजेच मनाला) आतमध्ये निरखण्याचा मी कितीवेळा प्रयत्न करतो, पण ते एखादी जागा शोधून पळतंच.***

***शिवानीदीदी :*** हाच तर प्रवास आहे आणि तो एका दिवसात होणारा नाही. पण निदान कधीतरी तो तुम्हाला जमलाय का?

***सुरेश ओबेरॉय : होय. बऱ्याचदा मी आतून शांत असतो.***

***शिवानीदीदी :*** हाच पुरावा झाला, आपण हे करू शकतो याचा.

***सुरेश ओबेरॉय : माझ्या मनाला कुठेतरी अशा प्रकारचा सराव रुचत नाही.***

***शिवानीदीदी :*** एखाद्या चंचल मुलाला शिस्तीच्या, नियमांच्या बंधनांत राहायला मुळीच आवडत नाही. कारण त्याला इतस्तत: पळायला, स्वैर बागडायला खूप आवडतं. आता मी जर त्याला अचानकपणे सांगितलं, 'आजपासून तुझी मनमानी बंद. आजपासून मीच तुझा मालक आहे. मी सांगेन

तसंच तू वागायचंस.' अशा वेळी मन सुरूवातीला बंड जरूर करेल; पण काही कालावधीनंतर त्याला ही शिस्त रूचू लागेल. कारण आपलं मन दाही दिशांना धावून खूप थकलंय, त्रासलंय.

***सुरेश ओबेरॉय : एखाद्या गाडीचं इंजिन बंद करावं, तसं मनाला आपण बंद करू शकतो का?***

***शिवानीदीदी :*** रात्री गाढ झोपेमध्ये असतानादेखील ते बंद करण्यास आपण असमर्थ असतो, दिवसा बंद करायची तर गोष्टच सोडा. मन असं का वागतं, हे आपण समजून घेण्याची गरज आहे. मनावर काही प्रभाव असतात. आपण सकारात्मकपणे विचार करणं जाणतो, तरीही नकारात्मक आणि व्यर्थ विचार करणंही स्वाभाविकपणे होत राहतं. विचारांच्या गुणवत्तेवर प्रभाव टाकणारे कोणते घटक आहेत? कोणत्याही परिस्थितीमध्ये, कोणत्याही वेळी मी निर्माण केलेला कोणताही विचार तीन घटकांनी प्रभावित असतो. एक घटक आहे भूतकाळातील अनुभव. जर मी पूर्वी तुमच्याशी संवाद साधला असेन, तर माझ्याकडे एक गतानुभव आहे. प्रत्येकवेळी जेव्हा मी तुमचा विचार करते, तेव्हा माझ्या विचारांची गुणवत्ता माझ्या गतानुभवावर अवलंबून असेल. जर माझा अनुभव सुखद असेल, तर माझ्याकडे सुखद विचार येतात. दुसरा घटक आहे माहिती – माझ्या ज्ञानेंद्रियांद्वारे मी जे काही ग्रहण करते, मी जे वाचते, मी जे पाहते, इतकंच काय, मी जे खाते... असे जे काही माझ्यामध्ये प्रवेश करते, त्या प्रत्येक गोष्टीचा माझ्या मनावर परिणाम घडतो. ही माहिती मनामध्ये एक महत्त्वाची भूमिका बजावते. सकाळच्या वेळी प्रथमत: मन अगदी साफ असतं. त्याला सहा तासांची झोप मिळाल्यानं ते ताजंतवानं असतं, निर्मिती आणि ग्रहणासाठी सज्ज असतं. सकाळी आपण बहुतेकवेळा वर्तमानपत्र वाचतो किंवा वृत्तवाहिनीवरून बातम्या ऐकतो. दहशत, हिंसाचार, नैसर्गिक आपत्ती, आर्थिक उलाढाली, सामाजिक आणि राजकीय चळवळी यांसंबंधी आपण वाचतो, ऐकतो आणि बघतो. मन, जे कोऱ्या टीपकागदासारखं आहे, ते या चिंताजनक बातम्या शोषून घेतं. त्या माहितींचा आपल्या विचारांवर प्रभाव पडतो. माहिती हे खाद्य असतं आणि या खाद्यातून 'विचार'रूपी ऊर्जा निर्माण होते. मी जर योग्य आहार घेत असेन, तर मी निरोगी राहीन आणि मी माझ्या मनासाठी योग्य आहार घेत नसेन, तर माझ्या भावनिक सुरक्षा यंत्रणेला हानी पोहोचेल.

***सुरेश ओबेरॉय : याचाच अर्थ असा की, आपण जे काही माध्यमांद्वारे, आसपासच्या परिस्थितीतून ग्रहण करतो, त्यावर आपल्या विचारांचा दर्जा अवलंबून असतो.***

***शिवानीदीदी :*** नकारात्मक माहिती नकारात्मक विचारांना कारणीभूत ठरते, हे नक्की. कारण हेच प्राकृतिक खाद्य मी ग्रहण केलेलं असतं. विचार भवितव्याची निर्मिती करतात, ही अंतर्गत यंत्रणाच आहे. विचारांना निर्माण करणारं काय असतं? ते असतं प्राकृतिक खाद्य म्हणजेच माहिती. म्हणून जर मला माझ्या विचारांना नियंत्रणात ठेवायचं असेल, जर मला माझ्या विचारांची गुणवत्ता बदलायची असेल, तर सर्वप्रथम मला आत जाणाऱ्या कच्च्या मालाचा दर्जा बदलावा लागेल. सकाळच्या पहिल्या दोन तासांमध्ये मनाची ग्रहणक्षमता उच्च कोटीची असते. जर यावेळी आपण नकारात्मक गोष्टी वाचत, बघत, आणि ऐकत असू आणि नंतर आपण सकारात्मक ऊर्जेची अपेक्षा करत असू, तर हे घडणार कुठून आणि कसं? त्यानंतर जर आपलं मूल घरी वेळेवर आलेलं नसेल, आणि त्याचा फोनही संपर्ककक्षेच्या बाहेर किंवा बंद असेल, तर त्याला किंवा तिला काहीतरी झालं असणार, असं स्वाभाविकपणे वाटतंच. आपल्याला का वाटतं की काही वाईट घडलं असेल? आपण नकारात्मक विचार का निर्माण करतो याचं परीक्षण करण्याची गरज आहे.

***सुरेश ओबेरॉय : अशाने आपण विश्वात नकारात्मक ऊर्जा प्रसारित करता!***

***शिवानीदीदी :*** हो. अजून अर्धा तास आपल्याला वाट पाहावी लागते, अजूनही आपल्या लेकराशी संपर्क होऊ शकलेला नाही. या किंवा अशाच एखाद्या परिस्थितीमध्ये आपल्या विचारांचा दर्जा कसा असेल? मग आपण म्हणू, नकारात्मक विचार करणं स्वाभाविकच आहे. आपण निवांत बसून सगळं काही ठीक होईल, असं कसं म्हणू शकू?

***सुरेश ओबेरॉय : आपण अन्यप्रकारे विचार करूच शकत नाही का? त्याला कोणीतरी मित्र भेटला आणि त्यांनी काही बेत ठरवले असतील किंवा तो चित्रपट पाहायला गेला असेल आणि तिथे नेटवर्क नसेल.***

***शिवानीदीदी :*** एखाद्याला उशीर झाला, कारण काहीतरी चांगलं घडत असावं, तो एखाद्या चांगल्या ठिकाणी त्याच्या शुभचिंतकासह असा विचार आपण कितीवेळा करतो? हाच तर खरा प्रश्न आहे. नकारात्मक विचार प्रक्रिया सहज घडते. कारण तीच तर माहिती आपण ग्रहण करतो. किंबहुना सकाळी उठल्या-उठल्या बातम्या न बघणे, सकाळी वर्तमानपत्र न वाचणे या साध्या प्रयोगांनी जरी आपण सुरुवात केली, तरी मोठा बदल घडून येईल. सावरा स्वतःला. भल्या सकाळी इतके विषारी खाद्य तुमच्या मनाला देऊ नका. केवळ हा सोपा प्रयोग चांगले परिणाम दाखवेल.

***सुरेश ओबेरॉय : म्हणजे तुम्ही परिस्थितीला दोष नाही देऊ शकत. कारण सर्वथा तुम्हीच जबाबदार असता.***

***शिवानीदीदी :*** परिस्थिती हे एक निमित्त आहे. माहिती आतमध्ये साठवलेली असतेच. परिस्थिती ओढवते, तेव्हा या आतल्या माहितीच्या दर्जानुसार विचारांचाही दर्जा ठरतो.

***सुरेश ओबेरॉय : प्रथमतः आपण अयोग्य किंवा नकारात्मक माहिती संग्रहित करतो आणि पुढे आपण नकारात्मक विचार निर्माण करू लागतो. आणि जेव्हा आपला मुलगा किंवा मुलगी घरी येतो/येते तेव्हा त्याच्यावर आपण तुटून पडतो. 'उशीर का केलास? काय झालं? मी किती काळजीत होतो...'***

***शिवानीदीदी :*** तुम्ही झडप का घालता? कारण वाट बघत असताना तासभर तुम्ही नकारात्मक विचार निर्माण करत होता. तेवढ्यात या विचारांना प्रेरित करणारा घरी येतो; जे काही घडलं, त्याला हा कारणीभूत आहे असं आपण मानतो. किती विषारी ऊर्जा त्या वाट बघण्याच्या काळात आपण निर्माण केली? त्या एका तासामध्ये त्या ऊर्जेची स्पंदने आपण त्या व्यक्तीकडे पाठवली आणि आपल्या आजूबाजूच्या प्रत्येकाकडे ती पसरवली. शिवाय, 'अशा परिस्थितीत नकारात्मक विचार करणं स्वाभाविकच आहे' असंही आपण म्हणतो. हे स्वाभाविक नसतं. तो अद्याप घरी पोहोचला नाही आणि त्याच्याशी मी संपर्क साधू शकत नाही. ही परिस्थिती माझ्या ताब्यात नाही. म्हणून आपण नेहमी हे लागलीच तपासायला हवं की, माझ्या ताब्यात काय आहे आणि काय

नाही. जर परिस्थिती नियंत्रणात असेल तर नियंत्रित करा, नियंत्रणाबाहेर असेल तर एकाच गोष्टीवर मी ताबा ठेवू शकते, ती म्हणजे माझ्या विचारांची गुणवत्ता.

***सुरेश ओबेरॉय : मला एक सांगाल का, सकारात्मक विचार करण्यापेक्षा नकारात्मक विचार करणं हे सहजपणे का घडतं? यात बदल कसा करायचा?***

***शिवानीदीदी :*** तुम्ही केवळ वेगळ्या प्रकारच्या माहितीचा भरणा करायचा, इतकं सोपं आहे ते. जेव्हा मी आतमध्ये येणाऱ्या माहितीची गुणवत्ता बदलते, तेव्हा विचार बदलतात, माझं भवितव्य बदलतं. माझ्याकडे अजून एक पर्याय असतो. तो म्हणजे सकाळी माझ्याकडे जेव्हा वर्तमानपत्र येतं, तेव्हा ते कोणत्या वेळी वाचावं, हा पर्याय माझ्यासमोर असतो. म्हणून ते जरा पुढे ढकलूया. हा एकच संकल्प आज हातात घेऊया. याने मोठा फरक पडतो. वर्तमानपत्र वाचणं आणि बातम्या बघणं हे काम उशिरापर्यंत स्थगित करणं आणि त्याऐवजी निर्मळ आणि प्रभावी असं काही करणं. तुमच्या मनाच्या सकाळच्या न्याहारीतला हा साधा बदल फार मोठा फरक घडवतो. म्हणून एक सकारात्मक गोष्ट सकाळी आणि एक सकारात्मक गोष्ट रात्री झोपण्याच्या आधी... हा आहे इलाज. झोपायच्या आधी आपण काय ग्रहण करतो? टीव्हीवरच्या मालिका? एखादा भयपट? आपल्याकडे येणाऱ्या माहितीचा हा शेवटचा थर असतो. रात्रभरात होणाऱ्या विचारांच्या गुणवत्तेला हा बाधक ठरतो. सकाळी मिळणाऱ्या माहितीचा पहिला थर दिवसभरातल्या विचारांना प्रभावित करतो. आपण झोपी जाण्यापूर्वीची शेवटची माहिती रात्रभरात आपल्या मनात कोणते विचार येतील, त्यांचा दर्जा ठरवते.

दिवसभराची सर्व कर्तव्यं पार पाडल्यावर निर्भेळ आणि प्रभावशाली असे काही वाचन करण्यासाठी आपण दहा मिनिटं खर्च करूया. आपल्याला आधी माहितीचा भरणा करावा लागतो. कारण नुसतंच सकारात्मक विचार करूया असं म्हटलं तर ते आपल्याला शक्य होणार नाही.

माहितीचा शेवटचा थर आपण बदलला पाहिजे. जेव्हा आपलं वाचन संपतं, तेव्हा शांत बसून आपण त्यावर चिंतन करावं. दिवसभरात जे जे घडलं, ते उलगडून बघावं. हे फार महत्त्वाचं आहे. न सुटलेली समस्या घेऊन आपण झोपी जायला नको. दिवसभराचा आढावा घ्या. अनेक प्रसंग उद्‌भवले होते

आणि त्यावेळी बऱ्याचदा आपण योग्य प्रतिसाद दिला नव्हता. दिवसभराचं चिंतन करणं याचा अर्थ असा नाही की घडलेल्या सर्व प्रसंगांचं चिंतन करणं. त्याऐवजी आपण प्रसंगांना प्रतिसाद कसा दिला होता, याबाबत चिंतन करा आणि त्याचबरोबर हेही पहा की, आपण काही निराळ्या प्रकारे प्रतिसाद देऊ शकलो असतो का?

***सुरेश ओबेरॉय : शिवानीदीदी, झोपी जाण्यापूर्वी करायच्या चिंतनासंबंधी काही मार्गदर्शन कराल का?***

• • •

निवांत मनाने या विषयांवर चिंतन करा :

*आरामशीर बसा, शरीर सैल सोडा... झोपण्याआधी... मला आज पार पडलेल्या माझ्या दिवसावर दृष्टी टाकू दे... प्रसंगामागून प्रसंगांनी सर्व चित्रपट डोळ्यांपुढे सरकला आहे... ज्यात माझ्या आजूबाजूचेही बरेच नट आपापल्या भूमिका वठवत आहेत... परिस्थितीच्या गुंत्यामध्ये स्वतःला न गुंतवता माझी भूमिका पार पाडताना मला पाहू दे... एक तटस्थ निरीक्षक म्हणून मी फक्त माझ्या भूमिकेतील माझ्या कामावर लक्ष केंद्रित करेन... त्या प्रसंगातील इतर नटांकडे माझं लक्ष नसावं... त्यांच्याविषयी भाष्य न करता, मत व्यक्त न करता मी फक्त स्वतःकडे पाहत आहे... प्रत्येक प्रसंगातील माझ्या भूमिकेमधून दिल्या गेलेल्या माझ्या प्रतिसादांना! एक तटस्थ निरीक्षक म्हणून मी स्वतःला विचारते, 'असा कोणता प्रसंग होता, जिथे मी वेगळी वागू शकले असते? माझी त्या प्रसंगातील भूमिका वठवताना माझ्याकडे अन्य पर्याय होता का?' मला तो प्रसंग पुन्हा एकदा मनाच्या पडद्यावर घडताना पाहू दे... प्रसंग तोच, पण बदललेली मी... वेगळ्या भूमिकेमधून... मी माझ्या मनाला संस्कारित करत आहे आणि उद्याच्या दिवसासाठी सामर्थ्यवान आणि सकारात्मक प्रतिसाद देण्यासाठी तयार करत आहे... ॐ शांती!*

## आनंदाचा पासवर्ड

- राग आल्यावर एक ते दहा अंक मोजावेत, असं लोक म्हणतात. आपली प्रतिक्रिया विलंबित करण्यासाठीचे हे बाह्योपचार आहेत. तथापि, जर आपण आपल्या विचारांची निगा राखली, तर क्रोधाचा एक विचारदेखील आपण निर्माण करणार नाही.
- आपले विचार आपल्या पूर्वानुभवांवर आणि ज्ञानेंद्रियांद्वारे ग्रहण होणाऱ्या माहितीवर बेतलेले असतात.
- सकाळचे पहिले काही तास मनाची ग्रहणक्षमता उच्च कोटीची असते. म्हणून आपण त्यावेळी ग्रहण केल्या जाणाऱ्या माहितीच्या गुणवत्तेवर देखरेख ठेवली पाहिजे. आपल्याकडून नकारात्मक विचार निर्माण केले जाऊ नयेत, म्हणून स्वतःला जपण्यासाठी वृत्तपत्रे, वृत्त वाहिन्या किंवा अस्वस्थता निर्माण करणारी माहिती देणाऱ्या अन्य गोष्टी आपण सकाळच्या वेळी टाळल्या पाहिजेत.
- स्वाभाविकपणे शुद्ध, सामर्थ्यवान, सकारात्मक विचार करण्यासाठी, नव्या पद्धतीने आयुष्य जगण्याचा मला प्रयत्न करू दे. निर्भेळ आणि सकारात्मक माहितीच्या वाचनाने मला माझ्या दिवसाची सुरुवात करू दे.
- रात्री ग्रहण केलेल्या शेवटच्या माहितीचा थर निद्रिस्त असतानाही माझ्या विचारांवर प्रभाव टाकत असतो. म्हणून दिवसाचा शेवट आपण काही मिनिटांच्या निर्मळ आणि सुखद वाचनाने आणि श्रवणाने करूया.

# रंग माझ्या विचारांचा

***सुरेश ओबेरॉय : ॐ शांति! शिवानीदीदी, आनंदासाठी श्रद्धाप्रणाली किती महत्त्वाची असते?***

***शिवानीदीदी :*** आपल्या अंतर्मनात नेमकं काय घडतं, हे आपण पाहिलं. आधी विचार निर्माण होतो. मग त्यानुसार भावना निर्माण होते. भावनेमुळे आपला दृष्टिकोन तयार होतो. दृष्टिकोनानुसार आपण कृती करतो. एकच कृती पुन:पुन्हा केल्यास ती आपल्यासाठी सवय बनते. अशा अनेक सवयींतूनच आपलं व्यक्तिमत्व तयार होतं. आता हे व्यक्तिमत्व कसं आहे यावरच आपलं भवितव्य अवलंबून असतं. थोडक्यात, सुरूवात होते ती विचारांपासून. नेहमी सकारात्मक विचारच केला पाहिजे, असं आपण कायमच ऐकतो–वाचतो; पण तरीही आपल्या मनात नकारात्मक विचार का निर्माण होतात? यांतल्या अनेक कारणांपैकी एक कारण आपण पाहिलं. ते म्हणजे, सकाळी उठल्यावर किंवा रात्री झोपताना आपण अनेकदा नकारात्मक, सनसनाटी बातम्या वाचतो, पाहतो किंवा ऐकतो. आजकाल माध्यमं आपल्या विचारांचा दर्जा ठरवण्याचं काम मोठ्या प्रमाणात करतात. पण जर विचारांना दिशा द्यायची असेल तर आपली श्रद्धाप्रणाली (बिलीफ बिस्टीम) खूपच महत्त्वाची असते. आपला देह म्हणजे जणू एक कम्प्युटर असतो. आता कम्प्युटरचं काम व्यवस्थित चालावं यासाठी काही गोष्टी अत्यावश्यक असतात. त्या म्हणजे, ऑपरेटींग सिस्टीम, सॉफ्टवेअर आणि कम्प्युटरचे वापरकर्ता. आता कम्प्युटरचा सर्वांत महत्त्वाचा

भाग कोणता? वापरकर्ता, ऑपरेटींग सिस्टीम की सॉफ्टवेअर? यांतली सर्वांत महत्त्वाची गोष्ट आहे - 'ऑपरेशन सिस्टीम.' कारण ऑपरेटींग सिस्टीममध्ये एखादा व्हायरस शिरतो, तेव्हा संपूर्ण कम्प्युटरच निकामी होऊ शकतो. तुमच्या मनातले नकारात्मक विचार, चुकीची श्रद्धाप्रणाली या गोष्टी व्हायरससारख्या असतात. तर या व्हायरसचा नायनाट करण्यासाठीचा अँटी-व्हायरस म्हणजे 'अध्यात्म.' बहुतांश लोकांकडून हीच चूक घडते की, ते त्यांच्या कम्प्युटरमध्ये 'अँटी-व्हायरस'ची व्यवस्था करतच नाहीत. मग नकारात्मक श्रद्धाप्रणालीच्या रूपातला व्हायरस त्यांची ऑपरेटींग सिस्टीम म्हणजेच त्यांचं आयुष्य दुःखद, त्रासदायक बनवतो.

***सुरेश ओबेरॉय : बरेच लोक त्यांच्या कम्प्युटरवरचा अँटी-व्हायरस कधीपर्यंत सक्रिय असणार आहे, याची डेडलाइनसुद्धा बघत नाहीत.***

***शिवानीदीदी :*** होय, तुम्ही तुमची ऑपरेटींग सिस्टीम अद्ययावत ठेवण्याची गरज असते. आपली सिस्टीम जेव्हा कोसळते, तेव्हाची लक्षणं काय असतात? रागाचे विस्फोट, क्लेश किंवा दुखावले गेल्याची भावना ही लक्षणं सिस्टीम कोसळण्याचीच आहेत. आता वेळ आहे, हे समजून घेण्याची आणि तपासण्याची की दिवसभरात किती वेळा माझी सिस्टीम कशी कोसळते.

***सुरेश ओबेरॉय : पण दिवसभर चिडचिड करणारी अनेक मंडळी असतात.***

***शिवानीदीदी :*** आणि तेव्हा तेही म्हणतील की हे स्वाभाविक आहे. हा आमचा स्वभाव आहे. आम्ही हे असेच आहोत.

**सुरेश ओबेरॉय : पण मग तेही या मुद्द्यावर जोर देतील की अन्य कुणीतरी त्यांच्यात हा व्हायरस सोडला आहे.**

***शिवानीदीदी :*** जरी दुसऱ्या कोणी माझ्याकडे हा व्हायरस पाठवला म्हटलं तरी अँटी-व्हायरसची व्यवस्था करणं, ही माझी जबाबदारी असते. दुसरा कोणी येऊन तुमच्यामध्ये अँटी-व्हायरस टाकणार नाही. काळ कठीण होत चालला आहे, परिस्थिती दिवसेंदिवस जास्त आव्हानात्मक होते आहे. लोकदेखील मोठ्या प्रमाणात लहरी होताहेत. समजा, मी तुम्हाला बऱ्याच वर्षांपासून ओळखते. अचानक तुमच्या मनोवृत्तीमध्ये बदल घडतो आणि तुमचं वागणं

बदलतं. एका विशिष्ट प्रकारे वागणारे म्हणून मला तुमची ओळख आहे आणि नंतर अचानक मी तुम्हाला म्हणते की, तुमच्या अशा वागण्याची मी अपेक्षा केली नव्हती. असं म्हणूया, की तुमचा स्वभाव अगदी आनंदी आणि निश्चिंत आहे, पण अचानक एका समस्येनं तुम्ही ग्रासून जाता. आयुष्यातील एका संघर्षामधून तुमची वाटचाल सुरू असल्यानं तुमची मनःस्थिती बदलते. तुमच्याशी गप्पा मारताना एरवी तुम्ही माझ्याशी जसं मोकळं आणि हळूवार बोलता, त्याची मला सवय आहे. आता मी समजूच शकत नाही की, तुम्ही असे नकारात्मक का झाला आहात. तुम्ही नीट बोलतही नाही.

***सुरेश ओबेरॉय : पण तेव्हा तुमचं आणि माझं काय कर्तव्य असेल?***

***शिवानीदीदी :*** माझं पहिलं कर्तव्य हे की, स्वतःला सांभाळावं आणि वाईट वाटून घेऊ नये. हे नाही केलं तर आपल्या मैत्रीला आणि नात्याला हानी पोहोचते. प्रथमतः स्वतःला दुखावून घेऊन मी माझं दुःख कुरवाळत तशीच बसून राहते. तुम्ही माझ्याशी नीट बोलला नाही, म्हणून वाईट वाटून घेतल्यानं मी तुम्हाला मदतही करू शकत नाही. मी हा माझा अपमान समजते, तुम्ही माझ्यावर नाराज आहात असं समजते. हे एवढे क्लेश निर्माण करत असताना माझ्या हे लक्षात येत नाही की, तुम्ही माझ्याशी जाणूनबुजून चुकीचं वागत नसून तुम्ही कोणत्यातरी समस्यानं त्रस्त असल्यानं असं वागत आहात. तुम्हाला बरं वाटण्यासाठी मी मदतही करू शकत नाही. कारण मीच दुःखात आहे.

***सुरेश ओबेरॉय : पण दुसऱ्या व्यक्तीचं वागणं आपल्यासाठी एवढं महत्त्वाचं असण्याचं कारणच काय?***

***शिवानीदीदी :*** लोकस्वीकृती, प्रशंसा आणि आपल्या आजूबाजूच्या लोकांचं अनुमोदन हा आपल्या आत्मसन्मानाचा आधार समजला जातो.

***सुरेश ओबेरॉय : शिवानीदीदी, समजण्यापेक्षा गैरसमज होणं जास्त सोपं का असतं?***

***शिवानीदीदी :*** आपण गैरसमज करून घेतो, कारण आपण दुखावलेले असतो. आपण दुःखात असतो आणि योग्य दृष्टिकोनातून आपण परिस्थितीकडे बघू शकत नाही.

***सुरेश ओबेरॉय : तुम्ही म्हणता, ते खरंय. पण समजून घेण्यापेक्षा गैरसमज करून घेणं सोपं असतं का?***

***शिवानीदीदी :*** तुमचा शर्ट पांढऱ्या रंगाचा आहे. पण जर मी वेगळ्या रंगाचा चष्मा लावला, तर प्रत्येकवेळी तुमचा शर्ट मला वेगळ्या रंगाचा भासेल. शर्ट तोच असता, पण जर चष्म्याचा रंग बदलला किंवा माझ्या क्लेशामुळे, दुखावलेपणामुळे, अहंकारामुळे माझा दृष्टिकोन वेगळा झाला तर तुम्ही मला वेगळेच भासता, म्हणून हा गैरसमज होतो. इतरांना शर्ट बदलायला सांगण्यापेक्षा आपला चष्मा स्वच्छ करूया.

***सुरेश ओबेरॉय : प्रातःध्यान आणि निद्रेपूर्वीच्या ध्यानातून हेच तर तुम्हाला अभिप्रेत होतं, अपमार्जन करण्याचाच हा एक भाग आहे.***

***शिवानीदीदी :*** अगदी बरोबर. कोणताही अवरोध, नकारात्मक विचार उत्पन्न होताच मी प्रत्येकाकडे त्याच खिडकीतून बघेन. तुमच्या माझ्या संबंधात काही घडल्यानं मी दुखावली गेले आणि आता त्याचा क्लेश होत असेल, तर तोच क्लेश बाळगत मी प्रत्येकाकडे जाईन, प्रत्येकाकडे त्याच क्लेशातून मी बघेन. जर तुमच्याकडून मी अस्वीकृत झाले असेन आणि त्याने माझा आत्मसन्मान दुखावला असेल, तर प्रत्येकाबरोबरच माझा आत्मसन्मान उणावलेला असेल. तुमच्यासोबत आत्मसन्मान उणावलेला आणि इतरांबरोबर अधिक असं होणार नाही.

***सुरेश ओबेरॉय : मला वाटतं, काही लोक तुम्हाला हमखास सुखी करतात, तुमचा आत्मसन्मानही ते वाढवतात.***

***शिवानीदीदी :*** पण आत्मसन्मान कमी करण्यासाठी किंवा वाढवण्यासाठी आपण लोकांवर अवलंबून राहू शकत नाही. माझा आत्मसन्मान वाढवणारी पाच माणसं भेटली, तर तो खाली आणू शकणारी अजून पन्नासदेखील भेटतील.

***सुरेश ओबेरॉय : म्हणूनच की काय, लोक आपापले सुखद क्षेत्र (कम्फर्ट झोन) आपापले कंपू, आपली माणसं, आपले मित्र यांचा शोध घेतात.***

***शिवानीदीदी :*** पण हे सुखद क्षेत्र असतं तरी काय? आपल्या कुटुंबामध्ये आणि मित्रांमध्येदेखील तुमचा आत्मसन्मान उणावून टाकणारे बरेचजण असतात.

***सुरेश ओबेरॉय : म्हणूनच वीस माणसांच्या कुटुंबामध्ये आपण चार पाच जणांनाच निवडतो. कारण इथे मला निवांतपणा असतो. आणि त्यांच्यासोबत असताना माझा आत्मसन्मान उणावतो, म्हणून तिथे मी निवांत नसतो. आपला विषय आहे असीम आनंद आणि इथे आपणच स्वतःला सीमित करत आहोत.***

***शिवानीदीदी :*** तुमच्या बरोबर असण्याने माझा आत्मसन्मान वाढतो. कारण तुम्ही मला निरपेक्षपणे स्वीकारता. पण हे करण्यास तुम्ही तेव्हाच सक्षम असता, जेव्हा तुमची मनःस्थिती संतुलित असते. पण उद्या जर तुम्हीच समस्येमध्ये सापडलात, तर मला निरपेक्षपणे स्वीकारण्याची क्षमता तुम्ही गमावून बसाल.

***सुरेश ओबेरॉय : केवळ मला काही समस्या आहे म्हणून नव्हे. समजा, आज मी तुम्हाला तुम्ही जशा आहात तसं स्वीकारलं, पण उद्या तुम्ही जे करता ते मला रुचेनासं झालं तर माझं तुमच्याशी वागणं बदलून जाईल.***

***शिवानीदीदी :*** अगदी बरोबर. कारण आजवर तुमची सोबत मला छान वाटत होती. पण आता मला स्वतःला तुमच्यापाशी सिद्ध करावं लागणार आहे. जेव्हा मी स्वतःला सिद्ध करू लागते, तेव्हा आशंका उद्‌भवते, माझ्याबरोबर तुम्ही आनंदी आहात का? मी स्वतःला योग्यप्रकारे सिद्ध करू शकले का? आणि सिद्धतेच्या या प्रक्रियेत गुंतल्यामुळे मी कायम बेचैन असते आणि योग्य उर्जेचं प्रसारण करत नाही.

***सुरेश ओबेरॉय : शेवटी आपण त्याच मुद्द्यावर येतो की प्रत्येकानं स्वावलंबी झालं पाहिजे.***

***शिवानीदीदी :*** 'स्व-अवलंब'. जो आतमधला स्व आहे त्याच्यावरच अवलंबून राहणं. आपण पर-अवलंबन स्वीकारायला नको. कारण बाह्य गोष्टी कायमच बदलत राहणार आणि या बदलांमागे काही कारणंही असणार.

***सुरेश ओबेरॉय : आपण थोडे विरक्त होतो का?***

***शिवानीदीदी :*** कायम लक्षात ठेवा, इतरांना स्वस्थ करण्यासाठी आधी माझ्यामध्ये स्वस्थता आली पाहिजे. जर मी स्वस्थ असेन, तर इतरांसाठी नेहमीच तत्पर असेन. जर मी स्वस्थ नसेन, व्यथित असेन तर इतरांसाठी मी

कधीही तत्पर असू शकणार नाही. इतरांसाठी नि:स्वार्थपणे तत्पर राहण्यासाठी आधी मला स्वतःची निगा राखली पाहिजे.

***सुरेश ओबेरॉय : म्हणजे हा सकारात्मक स्वार्थ झाला.***

***शिवानीदीदी :*** नि:स्वार्थ होण्यासाठीचा हा पाया आहे. आज जेव्हा आपण दुसऱ्यासाठी काही करतो, तेव्हा त्यामागील हेतू देण्याचा कमी आणि घेण्याचा जास्त असतो. दुसऱ्यासाठी म्हणून आपण काही करत असलो तरीदेखील त्याने आपण स्वतःमधील एक पोकळी भरू पाहत असतो. हे खरंतर स्वार्थ साधणंच असतं.

***सुरेश ओबेरॉय : म्हणजे स्वतःची निगा राखणं महत्त्वाचं आहे, जेणेकरून आपण इतरांचीही निगा राखू शकतो.***

***शिवानीदीदी :*** त्या समीकरणाची तशीच मांडणी आहे. फक्त एक निरोगी व्यक्तीच इतरांवर उपचार करण्यासाठी, इतरांना समजून घेण्यासाठी सक्षम असू शकते. माझ्या स्वतःची विचारसरणी आणि दृष्टिकोन विचारांत न घेता, तुम्हाला असं का वाटतं, हे मला समजून घ्यायचं असेल तर ते कसं शक्य आहे? मी का दुखावले गेले, हे समजून घेण्याची माझी तयारी नाही आणि तुम्ही का अस्वस्थ आहात, हे मला समजून घ्यायचं आहे. विलक्षण भाग असा की, जेव्हा आपल्यामधील यंत्रणेचं कार्य आपल्याला समजून येतं, तेव्हा इतरांना समजून घेणंही सोपं होऊन जातं. मी व्यथित होताच ते समजून घेण्याएवढी सक्षम होते. मला त्याचं कारणही उमगतं आणि मी माझा दृष्टिकोन तपासते. आता या अवस्थेत मला किती काळ राहायचंय, ते माझ्यावर अवलंबून आहे. मला मत्सर वाटत असेल तर मला ताबडतोब समजेल मी मत्सरी झाले आहे. आता जेव्हा कोणी अस्वस्थ असल्याचं मी बघते, तेव्हा त्यांच्या अशा वर्तनासाठी कारणीभूत ठरलेल्या अंतर्गत घडामोडी उमजून घेण्यासाठी मी त्यांच्या दर्शनी क्लेशांच्या पलीकडे जाऊ शकते. आणि त्याने लोकांबरोबर वावरणं मला अधिक सोपं होऊन जातं. तुम्ही केवळ त्यांच्या टीकेकडे न पाहता त्यांना अशाप्रकारे टीका करण्यास प्रवृत्त करणाऱ्या प्रक्रियेकडं बघू शकता. यासाठीच आपण केवळ आपली यंत्रणा समजून घ्यावी. मग इतरांच्या यंत्रणेलाही आपण समजू शकू.

***सुरेश ओबेरॉय :* *मी राहतो, त्या सोसायटीमधील घटना मला यावरून आठवली. आमचा एक शेजारी भारी रागीट होता. कायम आरडाओरडा करायचा आणि भांडणाला तर कायम सज्जच असायचा. मी माझ्या शेजारील मैत्रिणीला एकदा म्हणालो की या गृहस्थाचं वागणं फार तिडीक निर्माण करणारं आहे, मला तर आता सहनच होत नाही. त्यावर ती काय म्हणाली ठाऊक आहे – 'त्याचं काय मनावर घेता, गरीब बिचारा! त्याच्यावर काय ओढवलंय ते बघा ना, असं वागण्यामागे नक्की काहीतरी पीडा असणार.' तिच्या बोलण्याचा अर्थ आज मला समजला. दुसऱ्याला समजून घेणं फार अवघड असतं. माझ्या पत्नीचं वागणं जर बदललं तर मी विचारतदेखील नाही की काय झालं? उलट मीच चिडतो आणि तिचं तिला निस्तरण्यासाठी एकटीला सोडून देतो. तिला काही मदत हवी का, हे मी का नाही विचारू शकत?*

***शिवानीदीदी :*** हा अंगचोरपणा आहे. जेव्हा आपण अन्य व्यक्तींच्या प्रवृत्तीला हाताळू शकत नाही, तेव्हा आपण अंग काढून घेतो. जरी ते तात्पुरतं असलं, एका तासासाठी असलं, तरी दुसरी व्यक्ती पीडेमध्ये असताना हे अंग काढून घेणं असतं. विचार करा, तुमची पत्नी क्षुब्ध होते, किंचित वेगळ्या पद्धतीने वागू लागते, तेव्हा तिला मदत हवी असल्याची ती खूण असू शकते. त्यावेळी तुम्ही एक पाय मागे घेता. ती शांत झाली की मग जाऊ तिच्याकडे, असं तुम्ही मनाशी म्हणता. पण हीच वेळ असते, जेव्हा तिला तुमची जास्त गरज असते. तुम्ही पाऊल माघारी घेण्याचं कारण, तुमची निगा राखण्यासाठी तुम्ही अक्षम आहात, हे असतं. हा आधार नसतो. भले शरीराने तुम्ही घरात एकत्र असला तरी भावनिकदृष्ट्या एकमेकांसाठी उपलब्ध नाही. तिथे परस्परांना तुम्ही स्वस्थता देत नाही, कारण तुम्ही स्वतःलाच स्वस्थता दिली नव्हती.

समजा, तुम्ही तुमच्या मित्रासमवेत बसला आहात आणि तुमचा मुलगा खोलीत प्रवेश करतो. तो बाहेरून आला आहे. तुमची किंवा तुमच्यासोबत बसलेल्या मित्राची औपचारिक दखलही न घेता तो तुम्हा दोघांसामोरून त्याच्या खोलीत निघून जातो. तुमच्या मनात पहिला विचार काय येतो? काय बिनसलंय याचं? याची रीतभात गेली कुठं? माझा मित्र आता काय विचार करेल? त्याला वाटेल, मी माझ्या मुलाला योग्यप्रकारे वाढवलं नाही. आता

माझा मित्र चारचौघांना माझा मुलगा कसा आहे, ते सांगणार तर नाही? मग बाकीच्यांना माझ्याबद्दल काय वाटेल? अशाप्रकारे आपण आपली जखम कुरवाळत बसतो. माझी जबाबदारी ही असते की, माझा मुलगा असं का वागतो, यावर प्रश्न न करणं. त्याला असं वागण्यास प्रवृत्त करणारी त्याच्या अंतर्यामीची पीडा कोणती, ते बघणं. आता जर तुम्ही त्याच्या खोलीमध्ये जाऊन त्याच्या अशा वर्तनाचा जाब विचाराल, तर तुमचा मुलगा तुम्हाला विनंती करेल की तुम्ही त्याच्या खोलीतून निघून जावं आणि त्याला जरा एकटं सोडावं. दुखावल्या गेलेल्या किंवा अपमानित पालकासमवेत असणे मुलाला नको असेल. मुलगा व्यथित असताना त्याला दुःखी माणसाबरोबर राहावंसं वाटणारच नाही.

जो कोणी स्थिर असतो, तुम्हाला विनाअट स्वीकारतो आणि तुम्हाला निरपेक्ष मनाने साहाय्य करतो अशा व्यक्तीला भेटणं तुम्हाला प्रिय असते. अशी वागणूक अनेकांकडून नाही मिळत आपल्याला, फारतर एखाद्याकडून मिळते. विनाअट स्वीकार म्हणजे तुमच्या स्वभाव प्रवृत्तीने मी विचलित न होणं, तुमच्याबाबत पूर्वग्रह न ठेवणं. जो कोणी आपला विनाअट स्वीकार करतो, त्याच्यामधून वाहणाऱ्या उर्जेनं आपल्या अंतरीच्या जखमा भरून येतात.

***सुरेश ओबेरॉय : आपल्यामध्ये हे चढउतार आपोआपच घडून येतात. तुम्ही तुमचा आवाज चढवला, तर मीही आवाज चढवतो. तुम्ही मृदू झालात की, मी मृदू होतो; तुम्ही स्मित केल्यावर मीही स्मित करतो. असं गुंतागुंतीच आयुष्य आपण जगतोय.***

***शिवानीदीदी :*** इतरांनुसार आपण आपलं वागणं बदलत राहिल्यानं आपण आपले मूळ गुणधर्मच विसरून जातो. माझी साडी पांढऱ्या रंगाची असते, पण मी दुसऱ्या एखाद्या लाल साडीतल्या स्त्रीला भेटते, तेव्हा मी माझी साडी लाल रंगात रंगवते. जेव्हा काळ्या साडीतील कुणाची गाठ पडली, की मग काळ्या रंगाने रंगवते आणि जेव्हा कुणी हिरव्या साडीतील भेटली, की हिरव्या रंगाने रंगवते. दिवसाअखेरी माझ्या साडीत नावालाही पांढरेपणा उरत नाही. मग आता कुठे आहे माझं व्यक्तिमत्त्व? इतरांच्या व्यक्तिमत्त्वानुसार मी माझं

व्यक्तिमत्त्व रंगवलं होतं आणि त्यांचं व्यक्तिमत्व मुळात तसं नव्हतंच, त्यांच्या व्यक्तिमत्त्वाबाबतचा तो माझा दृष्टिकोन होता. लोक नेमके आहेत कसे, ते आपल्याला माहीतच नसतं.

***सुरेश ओबेरॉय : खरं सांगायचं तर हे माहिती होण्यासाठी आपण सक्षमच नाही.***

***शिवानीदीदी :*** कारण त्यांना आपण आपल्या दृष्टिकोनातून बघतो. एकच व्यक्ती आहे, जी मला पूर्णपणे ओळखते आणि ती म्हणजे स्वतः मी. कोणीही मला पूर्णपणे ओळखतो, असा दावा करू शकणार नाही... अजिबात नाही. ते मला त्यांच्या दृष्टिकोनातून जाणतात आणि तो दृष्टिकोन तर सतत बदलत असतो.

***सुरेश ओबेरॉय : म्हणजे मूल देखील त्याच्या वडिलांना त्याच्या दृष्टिकोनातून ओळखतं.***

***शिवानीदीदी :*** अगदी बरोबर. ते वडील त्यांच्या तीन मुलांसमवेत वेगवेगळ्या प्रकारे वेळ घालवतील. कारण ती मुले त्याच वडिलांना वेगवेगळ्या दृष्टिकोनातून बघत असतात. एखादं मूल त्यांच्याजवळ जायलाच घाबरत असेल, कारण तो किंवा ती कमकुवत आहे. एखादं धीट असेल, तर ते धावत जाऊन खुशाल त्यांच्या मांडीवरदेखील बसेल. आणि तिसरं घाबरतही नसेल किंवा फार धीटही नसेल, तर ते दूर कोपऱ्यातच उभं राहील. वडील तेच आहेत. त्यांचा स्वभाव आणि व्यक्तिमत्त्वदेखील तेच आहे. मग त्यांच्यातील एकाला त्यांची भीती वाटू नये आणि दोघांना त्यांची भीती वाटावी, असं का? आणि एखादं शांत आणि सहनशील मूल असेल, तर ते वडिलांना त्या नजरेनंही बघेल.

***सुरेश ओबेरॉय : दीदी, आपण एका सर्वसामान्य जोडप्याचा विचार करू. जर पती कठोर असला, तर पत्नी म्हणते, 'तुम्हाला कधी मृदुतेने वागता येत नाही का? तुम्हाला जरा हळुवारपणे नाही का बोलता येत? तुम्हाला जरा मायेने नाही का वागता येत?' उलट जर एखादा पती अतिशय प्रेमळ आणि मृदू स्वभावाचा असला, तर त्याची पत्नी म्हणेल, 'जरा कणखर नाही का होता येत तुम्हाला? तो माणूस बघा मला काय म्हणाला.' तुमच्या दृष्टिकोनातून तुमच्या***

***जोडीदाराच्या एखाद्या भूमिकेबाबत तुम्ही संतुष्ट नसता. त्यांनी वेगवेगळ्या भूमिकेतून कायम वावरत असावं, असं तुम्हाला वाटतं.***

***शिवानीदीदी :*** कारण आपण पतीची प्रतिमा आपल्या मते योग्य अशी तयार केलेली असते. पतीच्या योग्य प्रतिमेशी किंवा योग्य मित्राच्या प्रतिमेशी आपण नातं जोडतो आणि आयुष्यभर आपल्या जोडीदाराला त्या प्रतिमेच्या ढाच्यात बसवण्यात आपला वेळ खर्च करतो. असं म्हणूया की, मनातील एखाद्या स्त्रीच्या जोडीदाराची प्रतिमा बहिर्मुख, तडफदार आणि लगेच डोळ्यांत भरणारा अशी आहे आणि तिला जोडीदार मिळालाय तो मृदू, शांत आणि अंतर्मुख असा आहे. तिच्या मते, तिला जोडीदार असा नको आहे. तो व्यक्ती म्हणून कसा आहे, याबाबत हे नसून तिच्या मनातील तयार केलेल्या प्रतिमेशी तो सुसंगत नाही, याबाबत असतं. मग ती त्याला कायम सांगत राहणार, 'तू अशाप्रकारे असायला नको आहेस, तू जरा भपका दाखवत जा, जरा मोकळा-ढाकळा वागत जा, तू असा हो...' तू तसा हो... मग तोही बहिर्मुख होतो. ती म्हणते, 'एवढं नाही रे... थोडं अजून कमी हवं...' म्हणजेच, ती व्यक्ती जशी तिला हवी, तशीच तंतोतंत हवी असते. म्हणजे हे असं झालं, की आपण शिंप्याकडे कपडे शिवायला टाकतो. मग तो शिंपी त्याच्या मतानुसार तुमची मोजमापं घेऊन तुमचे कपडे तयार करतो आणि तो तुम्हाला म्हणतो, की आता या कपड्यांना बेतेल, असं तुमचं शरीरच बदला! तुमच्या अंगानुसार कपडे शिवण्याऐवजी त्याने तयार केलेल्या कपड्यांना बेतणारं तुमचं शरीर असावं, अशी त्याची अपेक्षा असते.

आणि म्हणून अशा आपोआप होणाऱ्या चढउतारांमुळे आपण हेलकावे खातो. प्रत्येकाच्या मागणीनुसार कायम बदलत राहतो.

***सुरेश ओबेरॉय : आपण त्यांच्यामुळे हेलकावे खातो की आपण अस्थिर आहोत, म्हणून हेलकावे खातो?***

***शिवानीदीदी :*** जर मी दहा लोकांना भेटते आणि मला वाटतं माझा आनंद त्या दहा लोकांच्या आनंदी होण्यावर अवलंबून आहे, तर मग अजून दुसरं काय घडणार? मी वेगळी व्यक्ती असण्याची अपेक्षा ते करत राहतील आणि मग त्यानुसार मी बदलत राहिले, तर माझं मूळ स्वरूप राहणार कुठून?

आतल्या आत माझी घुसमट होत राहील. कारण मी कायम बदलण्यासाठी झगडत असते.

***सुरेश ओबेरॉय : या झगड्यातून बाहेर पडण्यासाठी, घुसमट न होण्यासाठी आणि सुस्थिर राहण्यासाठी एखादं चिंतन आम्हाला मिळू शकेल का?***

***शिवानीदीदी :*** खरं तर प्रत्येक माणसाच्या आत एक सर्वोच्च ऑपरेटिंग सिस्टीम आहे. या सिस्टीमचा जो गाभा असतो, जो कधीही विकृत होत नाही तो आहे 'चैतन्य.' आपल्या सर्व श्रद्धा प्रणालींच्या थरांना पार करत त्या चैतन्यापर्यंत आपल्याला घेऊन जाणारी प्रक्रिया म्हणजे ध्यान. ती आपली आध्यात्मिक ताकद आहे.

• • •

या विचारांवर मनन करा -

*मी दिवसभरात अनेक व्यक्तींना भेटत असते. प्रत्येकाचं व्यक्तिमत्त्व भिन्न असतं. प्रत्येकजण त्याच्या विचारांनुसार, दृष्टिकोनानुसार, श्रद्धाप्रणालीनुसार वागत असतो. आता मी डोळे बंद करून स्वत:ला सांगत आहे की, प्रत्येकाचं वागणं हे त्याच्या दृष्टिकोनानुसार सांगत आहे. मी प्रत्येक व्यक्तीला कोणत्या दृष्टिकोनातून पाहते, त्या दृष्टिकोनाकडे मला पाहू दे. मी दिवसभरात अनेकांना भेटते. मग त्यांच्या व्यक्तिमत्त्वांचा प्रभाव माझ्यावरही पडतो. मी त्यांच्याशी बोलताना, त्यांना भेटताना स्वत:च्या शुद्ध अस्तित्वाकडे पाहतेय. त्यांच्याशी मी म्हणजेच माझं शांत, शुद्ध अस्तित्व संवाद साधतं. मी ते परमतत्त्व आहे;* त्यामुळे सभोवतालच्या कोणाचाही माझ्यावर नकारात्मक परिणाम होऊ शकत नाही... *ॐ शांती!*

## आनंदाचा पासवर्ड

- मला संपूर्णतः ओळखणारी एकच व्यक्ती आहे, ती म्हणजे स्वतः मी.
- स्वावलंबी व्हा. तुमच्या अंतरंगातल्या 'स्व'वरच अवलंबून राहा. कारण बाह्य गोष्टी बदलत असतात. या बदलांमागे काही कारणंही असतात.
- पूर्वानुभवावर, ग्रहण केलेल्या माहितीवर आणि सर्वांत महत्त्वाचे म्हणजे आपल्या श्रद्धा प्रणालीवर आपले विचार अवलंबून असतात.
- इतरांवर अवलंबून राहण्याऐवजी आपल्याला जे वाटतं, त्यावरच अंमल करा. स्वावलंबी होणं म्हणजे केवळ आपल्या अंतर्यामीच्या चैतन्यावर अवलंबून राहणं.
- आपण हे आपणच राहूया. आपल्याशी इतर मंडळींच्या होणाऱ्या वर्तणुकीनुसार आपलं वर्तन बदलायला नको.

# तुम्हाला बरे करण्यासाठी, आधी मला बरे होऊ दे

***सुरेश ओबेरॉय : शिवानीदीदी, आपल्या गतानुभवांच्या आपल्या मनावरील प्रभावाबद्दल काय सांगाल?***

***शिवानीदीदी :*** गतानुभव आपण टाळू शकत नाही. आपल्या स्मृतींवर ते आधीच कोरले जातात; पण तेच तेच पुन्हा सांगणे आपण टाळू शकतो. कारण त्यामुळे आपण आपल्या भूतकाळाला वर्तमानात रूपांतरित करतो. पुन्हा एकदा त्याच भावना निर्माण करून प्रत्येकवेळी त्याचे होणारे परिणाम आपल्या मनात अधिक खोलवर कोरले जातात. त्यामुळे जखम परत खरवडली जाऊन अधिक खोल होते. ही एक जुनी जखम असून ती भरून येण्याची गरज असते; पण जर समजा, वेळोवेळी त्या जखमेवरची पट्टी काढून आपण तिला पुन्हा पुन्हा खरवडत राहिलो, तर ती जखम कशी बरी होईल? कधी कधी इतरांनाही आपण यात सामील करून घेतो. अशाने ती जखम कधीच बरी होत नाही. भूतकाळ मागे पडला आहे, त्याला पूर्णविराम द्या. स्वल्पविराम नको, प्रश्नचिन्ह नको, उद्‌गारवाचक चिन्ह नको, का, काय, कसं... या सगळ्या गोष्टी थांबवूया, तरच आपण स्वच्छ मनाने आणि नव्या जोमाने आगेकूच करू शकू. आता जे आपण निर्माण करू ते अंकित केले जाईल. लोक म्हणतात की, भूतकाळाकडून काही शिकण्यासाठी आम्ही भूतकाळ आठवतो; पण भूतकाळाकडून आपण काही शिकावं, असं काय

असतं? आपण प्रतिसाद कसा दिला होता, हे तपासून त्या प्रतिसादापेक्षा अधिक शांतिप्रद मार्ग आपल्याला उपलब्ध होता का, हे समजून घ्यायचं असतं. घडलेल्या प्रसंगाकडून शिकण्यासारखं काहीही नसतं. आपण फक्त त्या वेळच्या आपल्या प्रतिसादातून काही शिकायला हवं. घटना सतत आठवल्याने, त्यावर विचार केल्याने केवळ त्रासच होतो. एखादी जड वस्तू हातात उचलून घेतल्यासारखं आहे हे, वस्तूचं वजन तेच राहतं; पण जितका वेळ आपण ती वस्तू हातात उचलून धरतो, आपला हात तितका अधिक दुखतो.

***सुरेश ओबेरॉय : दुखावणं! बऱ्याच लोकांना सततची डोकेदुखी, त्वचाविकार असं काही ना काही होतच असतं, नेमकं काय होतं, ते डॉक्टरांनाही कळत नाही.***

***शिवानीदीदी :*** कारण ती मंडळी ते मनात धरून बसतात. ते आता होऊन गेलं आहे, हे ध्यानात घ्या. तो भूतकाळ होता, हे लक्षात ठेवा.

***सुरेश ओबेरॉय : एखाद्यानं काय करावं? समजा, माझ्या भूतकाळात काही दुःखद घडलं आणि ते मला आठवतं. माझा मित्र येतो आणि मला विचारतो, काय झालंय तुला? आणि मी भूतकाळातील घटना त्याला सांगून टाकतो.***

***शिवानीदीदी :*** एखाद्याच्या जखमेवरची पट्टी काढणं आणि ती जखम खरवडणं यालाच म्हणतात. त्या वेळी आपण एका वेदनेमधून गेलो; पण तिची आठवण काढून आपण त्या वेदनेचा पुन्हा अनुभव घेतो. आता आपण स्वतःलाच विचारण्याची गरज आहे की, अजून किती काळ मी परत परत या वेदनेमधून जायचं आहे? आणि जास्त महत्त्वाचं हे आहे की, कशाचीही पुनरावृत्ती होत राहिली तर ते माझं व्यक्तिमत्त्व होऊन जातं. तेच व्यक्तिमत्त्व धारण करत मी सर्वत्र वावरतो. तेव्हा आपण कधीही दुसऱ्याशी आपल्या भूतकालीन घटनेची चर्चा करू नये. मनातील त्रासदायक विचारांना व्यक्त स्वरूपात आणू नये किंवा विचार व्यक्त करत राहू नये.

***सुरेश ओबेरॉय : पण तुम्हीही अशा व्यक्तींना आणि अशा परिस्थितीला आकृष्ट करता ना?***

***शिवानीदीदी :*** आपण परिस्थितीला आकृष्ट करत नाही, परिस्थितीला पूर्वीसारखाच प्रतिसाद देतो. मग जेव्हा एखादं आव्हान समोर ठाकतं, तेव्हा त्या आव्हानाला स्वत:हून सामोरं जाण्याची आपल्यात शक्ती नसते. कारण भावनात्मक स्तरावर आपण आधीच खालावलेलो असतो. अनेक वर्षांपूर्वी घडलेल्या कशामुळे तरी मी आधीच व्यथित असते आणि मला उद्दीपित करणारं नवीन काहीतरी माझ्या समोर येऊन उभं राहतं. आता माझ्यात शक्तीच उरलेली नसते. माझ्या भूतकाळावर मी फुंकर घातलेली असती, तर त्यानंतर जे दुःख मी निर्माण केलं असतं, त्यापेक्षा हे आता मी निर्माण केलेलं दुःख कितीतरी अधिक आहे. शिवाय एखाद्या व्यक्तीमुळे किंवा प्रसंगामुळे निर्माण झालेलं दुःख केवळ त्याच व्यक्तीच्या संबंधापुरतं मर्यादित न राहता ते आता माझ्या व्यक्तिमत्त्वाचा भाग होतं आणि मग अन्य नात्यांमधूनदेखील सहजतेनं दुखावलं जाण्याकडे माझा कल होतो.

***सुरेश ओबेरॉय : म्हणजे ही एक शृंखलाच झाली.***

***शिवानीदीदी :*** कारण माझं व्यक्तिमत्त्व माझंच असतं, त्यांचं नसतं. प्रयोज्य म्हणून मी तुमचा वापर करते आणि मी दुखावले गेले असे म्हणते; पण ते आता माझं व्यक्तिमत्त्वच बनलेलं असतं. हेच व्यक्तिमत्त्व माझ्यासोबत प्रत्येक व्यक्तीकडे, प्रत्येक प्रसंगाकडे जात असतं आणि म्हणून मीही दरवेळी असुरक्षितच असते. तुम्ही नोकरी बदलणं, जोडीदार बदलणं, तुमचे मित्र, जीवनसाथी याबाबत हे नाही, तर तुम्ही स्वतःला अधिक बळकट करण्याबाबत आहे.

आणि मग तुमची प्रतिकारक्षमता, तुमची भावनिक प्रतिकारक्षमता तुम्ही कुठेही असलात, कुणाही बरोबर असलात, तरी अधिक प्रभावी ठरते.

***सुरेश ओबेरॉय : स्वत:चे विचार बदलणं लोकांसाठी सोपं असतं, असं वाटतं का तुम्हाला?***

***शिवानीदीदी :*** लोक स्वतः त्यांच्या आयुष्यात चमत्कार घडवतात, दुसरं कुणीही नाही. त्यासाठी प्रथमतः 'ही मी आहे, ते नव्हेत' ही अनुभूती गरजेची असते. आपल्याला जे वाटतं, त्याला जबाबदार आपणच असतो. त्यासाठी अन्य कोणीही दोषी ठरवला जाऊ शकत नाही. मी तर अशी जोडपी बघितली आहेत, जी अगदी घटस्फोटाच्या उंबरठ्यावर होती; पण फिरून

ते त्यांचं वैवाहिक जीवन आता पुन्हा सुखाने जगताहेत, ते केवळ एकाच समजुतीने – त्यानेही नाही किंवा तिनेही नाही तर फक्त मलाच मार्ग काढला पाहिजे. परिणामी, गोष्टी बदलल्या.

***सुरेश ओबेरॉय : घटस्फोटामध्ये तर सगळा दोषारोपांचा खेळ असतो.***

***शिवानीदीदी :*** घटस्फोटामध्ये बहुतेक वेळेस 'चूक तुझी आहे' हा विषय असतो. आता मात्र आपल्याला समजतं, की तिचं वागणं कसंही असलं तरी, हा माझा परिस्थितीला दिलेला प्रतिसाद आहे आणि मग आपण आपल्या प्रतिसादावर लक्ष केंद्रित करू लागतो.

***सुरेश ओबेरॉय : ते म्हणतील, 'जर तू अशा प्रकारे बोललास तर स्वाभाविकपणे मीही अशीच प्रतिक्रिया देईन...' तरीही तुम्ही कसे बदलता?***

***शिवानीदीदी :*** तुम्हाला हा बोध झाला म्हणून तुम्ही तसं बोलत आहात; पण त्यावर माझा प्रतिसाद कसा असावा, याची निवड मी करते. मग ते समीकरण बदलून जातं. मागे एकदा मला एका चोवीस वर्षीय महिलेचा फोन आला होता, ती घराच्या गच्चीवर खाली उडी मारण्यासाठी उभी राहिली होती. शेवटचा उपाय म्हणून तिने मला फोन करून सांगितलं, ‘‘मला आता जगायची इच्छा नाही आणि मी आता खाली उडी मारणार आहे; पण मला वाटलं, एकदा तुम्हाला फोन करून बघावं की, तुमच्याकडे यासाठी काही उपाय आहे का? माझ्या पतीचं त्याच्या ऑफिसमधील कोणाशी तरी लफडं आहे आणि तो मला सोडचिठ्ठी देणार आहे. आता मला जगण्यात काहीही अर्थ वाटत नाही...'' ती अगदी उद्ध्वस्त होऊन गेली होती. म्हणत होती, ‘‘काय म्हणतील माझे आई-वडील, समाज आणि इतर लोक?'' मी खरंतर अवाक झाले होते. मी तिला म्हणाले, ‘‘ठीक आहे बाई गं, पण आधी खाली उतर. तुला नेमकं हवं काय, ते मला सांग.'' ती म्हणाली, ‘‘पूर्वी माझं जसं सुरळीत होतं, तसं मला पूर्ववत झालेलं हवंय, मला माझं कौटुंबिक आयुष्य, वैवाहिक आयुष्य जसं पूर्वी होतं तसं पूर्ववत झालेलं हवंय...'' मी तिला म्हणाले, ‘‘सर्व काही सुरळीत आहे असा तू विचार कर.'' ती म्हणाली, ‘‘पण सर्व काही सुरळीत नाही.'' मी म्हणाले, ‘‘ते मला माहीत आहे; पण तुला काय हवंय?'' ‘‘मला सगळं सुरळीत झालेलं

हवंय'' ती म्हणाली. ''मग आता तू केवळ एकच विचार कर, की सर्व काही सुरळीत आहे आणि माझा नवराही चांगला आहे, काहीही बिघडलेलं नाही...'' पुढे दहा दिवस रोज आम्ही तासभर हेच बोलत होतो. ती हेच म्हणत राहायची, ''सगळं सुरळीत नाही, मग मी असा विचार कसा करू की सर्व काही सुरळीत आहे? मी काय करू? एकदा त्या मुलीशी जाऊन बोलू का मी? त्या मुलीच्या आई-वडिलांशी बोलू का मी? माझ्या सासू सासऱ्यांशी एकदा बोलू का मी? करू काय मी?'' आणि मी पुन्हा पुन्हा तोच विचार निर्माण करण्याकडे तिला परत आणायचे, की सर्व काही सुरळीत आहे. अखेरीस ती स्वतःचा विचार बदलण्यास राजी झाली. ती म्हणू लागली, ''माझा नवरा चांगला आहे आणि काहीही बिघडलेलं नाही.'' अखेरीस ती बऱ्यापैकी सावरली, रडायची थांबली. आता जेव्हा तिचा नवरा कामावरून घरी येई, तेव्हा ती रडत नसे, चिडत नसे. तिच्या तशा वागण्यानं तो जास्त प्रक्षुब्ध व्हायचा. तो मग तिला काहीतरी टाकून बोलायचा, तिच्या चुका काढायला बघायचा, कारण तो त्याच्या कृतीचं समर्थन करू पाहत होता. ती मात्र स्थिर राहायची आणि स्वतःला एवढंच सांगायची की, सर्व काही सुरळीत आहे, या परिस्थितीवर माझा ताबा आहे, माझा स्वतःवर ताबा आहे. एका महिन्यानंतर तिच्या नवऱ्याने तिला घटस्फोटाचा कागद दिला. त्यानं सांगितलं, की त्याची कंपनी त्याला अमेरिकेला पाठवते आहे आणि त्याच्या ऑफिसमधील ती मुलगीदेखील त्याच्या बरोबर चाललीय. ते दोघे तिथे जाऊन लग्न करणार आहेत. त्या स्त्रीने मला फोनवरून हे सगळं सांगितलं, आणि नंतर हे बोलून तर तिनं मला आश्चर्याचा धक्काच दिला, ''हे बघा, मी अगदी छान आहे, मला वाटतं मी माझी काळजी घेऊ शकेन. मी कुठेतरी नोकरी बघेन आणि माझ्या आई वडिलांसोबत राहीन.'' एका महिन्यामध्ये तिने तिच्या विचारांमध्ये बदल केला होता. परिस्थिती एक महिन्यापूर्वी जशी होती, तशीच होती. पण आता तिचे विचार बदलले होते. स्वतःवर तिने खूप कष्ट घेतले होते. नवरा निघून गेला.

दोन महिन्यांनंतर त्यानं तिला अमेरिकेवरून फोन केला आणि तिला म्हणाला की, त्याला परत यायचं आहे. तिने फोन करून मला विचारलं की, मी आता काय करावं? मी तिला विचारलं, 'तुला काय हवंय?' तेव्हा ती म्हणाली की, 'मला परत सगळं पाहिल्यासारखं छान सुरळीत झालेलं हवंय.'

***सुरेश ओबेरॉय : तिला नेहमी हेच तर हवं होतं.***

***शिवानीदीदी :*** होय. आज या घटनेला चार वर्षांपेक्षा अधिक काळ लोटला आहे. आता त्यांना एक गोड मुलगीही आहे. हे सगळे प्रयत्न फक्त तिनेच केले. ब्रह्माकुमारीद्वारे आपल्याला जे काही शिकायला मिळतं आणि ज्या सहजतेनं ते आचरणात आणता येतं, त्यामुळे हे कोणालाही अंगिकारता येतं. त्यांनी फक्त त्या आव्हानाला स्वीकारावं, सुरुवातीला थोडे जास्त कष्ट घ्यावे लागतात.

***सुरेश ओबेरॉय : त्या दोघांचं जुळून आलं नाही आणि नवरा जायला निघाला, तेव्हा तुम्हाला अपयशी झाल्याची भावना निर्माण झाली का?***

***शिवानीदीदी :*** ते अपयश नव्हतंच. आम्ही परिस्थितीकडे बघतच नव्हतो. स्वतःच्या मनाची काळजी घेण्यास त्या स्त्रीनं सक्षम असावं, याचीच आम्हाला काळजी होती. परिस्थिती आपल्या नियंत्रणात नसते. अध्यात्म किंवा धर्म आपल्या समस्यांमध्ये बदल घडवेल, अशी आपली अपेक्षा असते; पण ते बदल होत नसतात. समस्या येतातच, अडथळे येतातच; पण अध्यात्म मला स्वतःवर ताबा मिळविण्यासाठी आणि त्या परिस्थितीला सामोरं जाण्यासाठी शक्ती देतं.

***सुरेश ओबेरॉय : पण जेव्हा ती स्त्री 'सर्व काही सुरळीत आहे' हा विचार करत होती, तेव्हा ती परिस्थिती बदलण्याचा प्रयत्न करत होती?***

***शिवानीदीदी :*** ती तिचे विचार बदलत होती.

***सुरेश ओबेरॉय : म्हणजे तिच्या कल्पनेतील परिस्थिती बदलूनच ना?***

***शिवानीदीदी :*** हे कल्पना करणं नाही. इथं (माझ्या मनात) सर्व काही सुरळीत आहे. नंतर मी ठीक आहे, तर मग सर्व काही ठीक आहे.

***सुरेश ओबेरॉय : 'सर्व काही सुरळीत आहे, काहीही बिघडलेलं नाही, एवढाच विचार कर...' असं जे तुम्ही म्हणालात, त्यातून कोणत्या प्रकारचं कल्पनाचित्र तुम्ही तिच्यासमोर उभं केलं?***

***शिवानीदीदी :*** जर जोडीदार किंवा लहान मूल त्याच्या नात्यापासून दूर होत असेल, तर कोणती ऊर्जा आपण त्यांच्यापाशी पोहोचवतो? क्रोध आणि

क्लेश. एखादा आधीच दूर जात आहे आणि आपण त्याच्याकडे नकारात्मक ऊर्जा पोचवतो आहोत. यामुळे तर तो आणखी दूर होईल. जर त्या व्यक्तीने परत यावं, असं तुम्हाला हवं असेल, तर तुम्हाला प्रभावी सकारात्मक ऊर्जा त्या व्यक्तीपर्यंत पोहोचवायला हवी. त्यासाठी त्या व्यक्तीबाबत अतिचोखंदळपणाने आणि पारखीपणे वागणं थांबवलं पाहिजे. आपण पूर्वी त्यांचा जसा आदर करत होतो, तसाच मान त्यांना द्यायला हवा आणि म्हणून हा विचार आपल्यामध्ये निर्माण करायला हवा की, काहीही बिघडलेलं नाही. दुसऱ्या व्यक्तीच्या दृष्टिकोनातून त्याचं वागणं तर्कसंगतच असतं, आपल्याला भले ते चूक वाटलं तरी त्याच्या वागण्यासाठी त्याच्याकडे काही एक कारण असतंच. जिथे जोडीदारांमध्ये वाद आहेत किंवा मुले आणि पालक यांच्यात वाद आहेत, अशा बऱ्याच कुटुंबांशी मी बोलले आहे. जेव्हा दोन्ही पक्षांबरोबर तुम्ही बोलता, तेव्हा कोण बरोबर आहे आणि कोण चूक आहे, याचा निवाडाच करता येत नाही. कारण दोघांपैकी चूक कोणीचीच नसते. तुम्ही एकाचं ऐकता आणि म्हणता, 'रास्त, या व्यक्तीचं बरोबर आहे,' नंतर तुम्ही दुसऱ्या पक्षाचं म्हणणं ऐकता आणि त्याच्या बोलण्यातही तुम्हाला तथ्य आढळतं. प्रत्येक जण त्याच्या दृष्टिकोनातून बरोबरच असतो, तेव्हा आपल्याला एकच करायचं असतं की, त्यांना परस्परांचे दृष्टिकोन दाखवून द्यायचे असतात.

***सुरेश ओबेरॉय : अनुभवानं आणि समजूतदारपणानं आपण त्या परिस्थितीला सामोरं जाऊ शकतो.***

***शिवानीदीदी :*** मी तुम्हाला एका जोडप्याची हकिकत सांगते. गेले तीन महिने ती बाई वेगळं राहत होती. कारण तिचा नवरा तिला मारहाण करायचा. गेली दहा वर्षं हे शारीरिक अत्याचार तिच्यावर होत होते. शेवटी कंटाळून तिनं तिच्या मुलीसह घर सोडलं. यावर काही उपाय होऊ शकतो का म्हणून ती बाई मला भेटली. हे सर्व सांगत असताना ती सारखी रडत होती. मी तिला तिच्या नवऱ्याचं बालपण कसं गेलं, याबद्दल विचारलं, तर ते काही फारसं आनंददायी नव्हतं, असं तिनं सांगितलं. नोकरदार पालकांचा तो एकुलता एक मुलगा होता, त्यांना त्याच्यासाठी वेळ देता येत नव्हता आणि तो फार एकलकोंडा असायचा. मला हे समजलं, की तिच्या नवऱ्याला आजूबाजूच्या कोणाकडूनही प्रेम मिळालं नव्हतं

आणि जिला तो आपली हक्काची म्हणू शकेल, अशी व्यक्ती त्याच्या बायकोमध्ये त्याला लाभली होती. त्या मालकीला आणि हक्काला बायकोपाशी व्यक्त करण्यासाठी त्याने हिंसाचाराचा मार्ग निवडला. असं होण्याचं कारण तो स्वतः असुरक्षित आणि स्वामित्वभाव बाळगणारा आणि दुःखी होता. हे कळल्यावर मात्र त्याची पत्नी द्वेषाऐवजी सहानुभूतीने भरून गेली. ती म्हणाली, 'खरंतर, माझा नवरा दुःखी होता आणि मी समजत होते की मी दुःखी आहे...' आणि या वास्तवानं तिला बदलून टाकलं. आता ती दोघं परस्परांना बरं करत आहेत. असं नाही की परिस्थिती एका दिवसात निवळली. कारण तिचा नवरा म्हणतो की, त्याला नेमकं काय घडलं ते कळलं नाही. मनातील काही अवरोधांमुळे अशा गोष्टी घडतात. यासाठी आपल्या जागेवरून दूर होऊन समोरच्या व्यक्तीच्या जागेपाशी जाऊन त्याच्या अशा वागण्याचे कारण जाणण्याची आपल्याकडे क्षमता हवी. पण होतं असंच की, नवऱ्याकडून बायकोबाबत एखादा अपराध घडला, तर बायको केवळ स्वतःच्या दुखावलेपणाचा विचार करते. आपला नवरा कोणत्या परिस्थितीतून वाटचाल करतो आहे, हे जाणण्यास ती अपयशी ठरते. हेच नवऱ्याबाबत म्हणता येईल.

***सुरेश ओबेरॉय : आणि मग जर त्या दोघांचंही बालपण दुःखद असेल, तर विचारायलाच नको.***

***शिवानीदीदी :*** ती बाई सारखी रडत होती. नवऱ्याला ती वारंवार म्हणत होती, ''तुम्ही मला आधी शब्द द्या की, तुम्ही मला परत कधी मारझोड करणार नाही, तरच मी येईन.'' तो नवरा त्यावर म्हणाला, ''मी शब्द देतो की, मी तसा प्रयत्न नक्की करेन.'' त्यावर ती म्हणाली, ''नाही, तुम्ही मला तसं कधी करणार नाही याची हमी द्या.'' मग मी त्या बाईला म्हणाले, ''आधी तू हमी दे पाहू, की कधीही रडणार नाहीस.'' त्यावर ती चटकन म्हणाली, ''मी तसा प्रयत्न करेन.'' दुसऱ्याला बदलायला सांगणं सोपं असतं, कारण आपलं आपल्या संस्कारांवर नियंत्रण नसतं.

***सुरेश ओबेरॉय : पण संस्कार बदलता येतात का आपल्याला?***

***शिवानीदीदी :*** नक्की, समजूतदारपणानं आणि कारण समजून घेऊन हे खात्रीनं करता येतं.

***सुरेश ओबेरॉय : माझ्यामधील कारण मी कसं शोधणार? त्यासाठी 'तुम्ही' हव्या असता की 'मला'देखील हे शोधता येतं? समजा, मी लवकर चिडत असेन, तर मग माझ्यावर काय प्रकारचा संस्कार आहे, हे माझ्या लक्षात कसं येईल? त्यासाठी मला माझा भूतकाळ पाहावा लागेल का?***

***शिवानीदीदी :*** नक्कीच. तुम्हाला तुमचा भूतकाळ पाहावा लागेल. समजा, एखाद्याचं बालपण दुःखद असेल... त्याचे पालक अतिचोखंदळ असतील, शिवराळ असतील, त्यामुळे त्या मुलाला स्वतःला कायम सिद्ध करावं लागत असेल, तरीही बोलणी बसत राहिल्यानं तो अंतर्यामी कुढत असेल. आता हा मुलगा मोठा होऊन स्वतःसाठी एक संरक्षण यंत्रणा उभारतो. त्याला पुनःश्च त्या दुःखातून आणि क्लेशातून जायचं नसतं आणि म्हणून मग तो आक्रस्ताळा आणि आक्रमक होतो. कोणी त्याला काही म्हणायच्या आधी तोच लोकांवर आरडाओरडा करू लागतो. अशाने मग लोक त्याला घाबरू लागतात. त्याला कोणीही, कधीही आणि काहीही बोलू नये म्हणून ही संरक्षण-भिंत त्यानं स्वतःभोवती उभारलेली असते; पण भिंतीच्या आड तो एक निरागस, भित्रा आणि दुःखी असा कोणी छोटा मुलगा असतो.

***सुरेश ओबेरॉय : अशा काही परिस्थितीतून तो गेलेला असेल, जिथे त्याला काही प्रतिकारही करता आला नसेल.***

***शिवानीदीदी :*** फक्त तेवढंच नाही, त्या वेळी त्या मुलानं क्लेश भोगले होते; पण आता त्याला फिरून दुःखी व्हायचं नाही आणि हे तो ३०, ४०, किंवा ५० वर्षांचा जरी झाला, तरी त्याची स्थिती हीच राहणार. आता जेव्हा ही व्यक्ती स्वतःवर उपचार करू लागते, तेव्हा ती म्हणू लागते की, आता मला कोणीही काहीही म्हटलं तरी मी स्वतःला दुखावून घेत नाही. मग तो आतमधून मजबूत होऊ लागतो, आता त्याने उभारलेली संरक्षण यंत्रणाही तो मोडून टाकतो आणि त्याच्या स्वाभाविक स्वरूपाला येऊन तो कोमलतेनं, गोडीनं वागू लागतो.

***सुरेश ओबेरॉय : म्हणजे केवळ आपल्या विचारांप्रती सजग राहून या सर्व गोष्टींवर मात करता येते. सजग राहिल्यानं तुम्ही तटस्थ होता, नाही का?***

***शिवानीदीदी :*** खात्रीनं. कारण आपण स्वतःच्या दृष्टिकोनापासून स्वतःला अलग करून टाकतो. जसं त्या जोडप्याच्या प्रकरणात ती बाई केवळ तिचाच दृष्टिकोन बघू शकत होती. 'माझा नवरा मला मारू कसा शकतो? तो माझ्यावर प्रेम करत नाही, त्याला माझा आदर वाटत नाही...' हे बरोबर आहे, असं तिला वाटत होतं, पण ती केवळ तिच्याच दृष्टिकोन बघत होती. जेव्हा ती तिच्या दृष्टिकोनापासून अलग झाली, तेव्हाच तिच्या नवऱ्याचा दृष्टिकोन, त्याचे दुःख पाहू शकण्यास सक्षम झाली. ती सुस्थिर झाली आणि तिचा द्वेष सहानुभूतीत बदलला.

लोकांना समजून घेण्याबद्दल आपण सगळेच बोलत असतो, आपण म्हणत असतो की, आपण दुसऱ्या व्यक्तीला समजून घेऊ शकत नसतो म्हणजे असं की आपण आपल्या दृष्टिकोनाशी जोडलेलेच राहिल्याने त्यांचा दृष्टिकोन आपण समजून घेऊ शकत नाही.

पूर्वी आपण केवळ आपल्या बाजूनेच त्या परिस्थितीकडे पाहू शकायचो आणि आपल्या बाजूने ती परिस्थिती संपूर्णतः वेगळीच होती. तुमच्या बाजूनं ती बघणं मला शक्य होण्यासाठी आधी या खुर्चीवरून उठून त्या खुर्चीवर जाऊन बसायला हवं. त्यासाठी आधी मला या खुर्चीपासून अलग झालं पाहिजे. जर मी माझ्याच भूमिकेला चिकटून राहिले, माझ्या योग्यायोग्यतेच्या कल्पनांना धारण करत राहिले तर मी इथून उठू शकणार नाही. जेव्हा उठून मी तुमच्यापाशी येते, ती असते सहानुभूती आणि समजूतदारपणा आणि ते असतं नातं.

***सुरेश ओबेरॉय : तुम्ही मागे म्हणाला होतात की, जेव्हा एखादी व्यक्ती अंतर्यामी रिती असते ती क्षुब्ध होते. अंतर्यामीचे रितेपण यातून तुम्हाला नेमकं काय म्हणायचं आहे?***

***शिवानीदीदी :*** पोकळी. बरेच लोक तुम्हाला सांगतील की, त्यांच्या आयुष्यात व्यावसायिक पद्धतीने वैयक्तिक स्तरावर, भौतिक स्तरावर सारं काही उपलब्ध आहे, पण आतमध्ये काहीतरी चुकल्याचुकल्यासारखं वाटतं. आपण नेमकं बोलतोय कशाबद्दल हेही त्यांना नीट सांगता येत नाही.

***सुरेश ओबेरॉय : म्हणजे तुम्हाला असं म्हणायचंय की त्यांना कशाचा तरी शोध असतो, काही विशिष्ट प्रकारच्या भावनात्मक तृप्तीची त्यांना आस असते?***

***शिवानीदीदी :*** आपण जे जे काही करत असतो, शिकत असतो, काही

मिळवत असतो, इतकंच काय तर आपली नाती टिकवत असतो, हे सगळं आपण समाधान मिळविण्यासाठीच करत असतो. वयाच्या तिशीत किंवा चाळिशीत आपल्याला हे उमगतं, की आपल्यापाशी सारं काही असूनदेखील आपण ताण, अस्वस्थता, क्रोध अनुभवत आहोत. तेव्हा मी रिती आहे म्हणजेच, ज्या गोष्टींमुळे मला समाधान मिळेल, असे मला वाटते त्या सर्व गोष्टी माझ्याजवळ असूनही मला जर समाधान मिळत नसेल, तर मी म्हणते, की मी रिती आहे. यश मिळविताना आपण अनेक तडजोडी केल्या. या तडजोडींनी आपल्याला पोकळ करून टाकलं. शांती हा आपला स्वभाव असतो, पण आपण क्रोध निर्माण केला. प्रामाणिकपणा आपला स्वभाव असतो, पण यश मिळवताना त्याच्याशीच अनेकदा आपण तडजोडी केल्या, विनम्रता हा आपला स्वभाव असतो, पण प्रबळ होण्यासाठी आपण अहंकार निर्माण केला. ज्या ज्या वेळी आपण हे करत होतो, त्या त्या वेळी आपण आपल्या स्वाभाविक व्यक्तिमत्त्वाच्या विरुद्ध दिशेने वाट चालत होतो.

***सुरेश ओबेरॉय : त्यानं तुम्हाला वाईट वाटतं, कदाचित अपराधीही वाटतं.***

***शिवानीदीदी :*** नुसतं वाईटच नाही वाटत, तर आजवरच्या आपल्या प्रवासाबद्दलही विषाद होतो. असं म्हणूया की, हा पेला भरलेला आहे आणि तो सांडणार नाही याची काळजी घेत यशाच्या दिशेनं मी प्रवास करत आहे. प्रवासामध्ये हा पेला माझ्याकडून सांडत राहिला, तर दहा एक वर्षांनी मला यश जरी लाभलं, तरी तिथे पोहोचेपर्यंत माझा पेला रिकामा झालेला असेल. मग मी म्हणेन, की मी रिती आहे. कारण मी खूप सारा क्रोध आणि द्वेष निर्माण केला. यश मिळविण्यासाठी जे जे शक्य होतं, ते सर्व मी केलं. यशस्वी होणं चुकीचं नाही, तर यश मिळविण्यासाठीच्या प्रवासात माझ्या पेल्याचीही मी काळजी घ्यायला हवी होती.

***सुरेश ओबेरॉय : यशासाठी प्रवास सुरू करण्याआधी आपण रितेच नव्हतो का?***

***शिवानीदीदी :*** नाही. एखाद्या लहान बाळाकडे बघा, किती संतुष्ट असतं ते. हीच लहान मुलांबाबत सर्वाधिक आकर्षक गोष्ट असते. आनंदी होण्यासाठी आपण त्या लेकराला शिकवतो की, त्यानं खूप गुण मिळवावेत, प्रथम क्रमांक मिळविण्यासाठी तणावग्रस्त व्हावं आणि त्यानं त्याच्या मित्रांबरोबर स्पर्धा

करावी. ते जेव्हा शांत झोपलेलं असतं तेव्हा बघा त्या बाळाकडे... मूर्तिमंत शांतीकडे.

***सुरेश ओबेरॉय : त्या लहान बालकासारखी शांत निद्रा येण्यासाठी, आपण एक चिंतन करू शकतो का?***

• • •

निवांत व्हा आणि या विचारांवर लक्ष केंद्रित करा, चिंतन करा :

*शरीर सैल सोडा... सुखद निद्रेसाठी मी स्वतःला तयार करत आहे... मला पाहू दे माझ्या दिवसाकडे... जे होऊन गेलं, त्याचा भूतकाळ झाला... पूर्णविराम... जरी तो कितीही खडतर होता... कितीही आव्हानात्मक होता... तरी तो आता मागे पडला आहे... आत्ताचा क्षण नवा आहे... एक नवा प्रतिसाद... एक नवीन भावना... मी नियंत्रण ठेवत आहे... मीच ते शुद्ध चैतन्य... मी आधीच परिपूर्ण आहे... सुंदर... समाधानी... यशस्वी... ज्याचा मी बाहेर शोध घेत होते, ते माझ्यामध्येच होतं... बाह्यतः काही प्राप्त करणं हे माझ्या जीवनाचं उद्दिष्ट नाही... तर माझ्या उद्दिष्टाकडे मी चालताना ते प्रकट करणं... मी परिपूर्ण... सुयोग्य... शुद्ध तत्त्व... माझ्या देहाचा आणि ज्ञानेंद्रियांचा स्वामी... सर्व काही माझ्या नियंत्रणात... ॐ शांती!*

## आनंदाचा पासवर्ड

- जेव्हा जेव्हा आपण भूतकाळाचा विचार करतो, तेव्हा आपण त्याला वर्तमान बनवतो. पुन्हा त्याच भावना आपण तयार करतो.
- भूतकाळ मागे पडला आहे, तेव्हा पूर्णविराम. मनामध्ये त्याची पुनरावृत्ती आपण करू नये. जेव्हा तुम्ही हे करता, तेव्हा ते जुनी जखम खरवडणं असतं. त्यामुळे त्या जखमेला आपण भरू देत नाही.
- घडून गेलेल्या प्रसंगांमधून शिकण्यासारखं काहीही नसतं. एकच गोष्ट मी शिकायची गरज असते, की त्या वेळी प्रतिसाद देण्यासाठी माझ्यापाशी अन्य पर्याय होता का?
- भूतकाळाला धरून ठेवण्यानं, त्याला सोडून न दिल्यानं आपण अंतर्यामी केवळ वेदनाच निर्माण करतो. परिस्थिती तीच राहते, पण जितके अधिक काळ तिला आपण धारण करू तेवढे क्लेश वाढतात.
- नातेसंबंधात कोणीही पूर्णतः चूक नसतं. प्रत्येक जण त्याच्या दृष्टिकोनानुसार योग्यच असतो. माझ्या दृष्टिकोनापासून अलग होऊन दुसऱ्याचा दृष्टिकोन जाणणं ही सहानुभूती होय.
- उद्दिष्टांकडे वाटचाल करताना आपण आपल्या शांती, प्रेम, आणि आनंद या मूळ तत्त्वांशी जर तडजोड करणार नसू, तर आपण सदैव संतुष्टच राहू.

# राजयोगिनी शिवानी यांच्याविषयी

**आध्यात्मिक मार्गदर्शिका,**
**वक्त्या आणि लेखिका**

१९९६पासून राजयोगिनी शिवानी राजयोग ध्यानाच्या साधक असून ते शिकवण्याचं कार्यही करत आहेत. ब्रह्माकुमारीज् या जागतिक स्तरावरील आध्यात्मिक संस्थेच्या गाभ्यामध्ये हीच शिकवण मूलभूत आहे.

आध्यात्मिक शिक्षण आणि भावनिक सबलीकरणातून मानवी जाणिवा रूपांतरीत करण्याचं ध्येय मनाशी बाळगणाऱ्या शिवानी यांनी जगभरातील लक्षावधी लोकांना शांती, आरोग्य, आनंद आणि समतोल यांसाठी सक्षम केलं आहे. जीवन कौशल्य, नातेसंबंध, मूल्यशिक्षण, नेतृत्व, भावनिक व मानसिक स्वास्थ्य, कार्यालयीन कामकाजात समतोल, व्यसनाधीनतेतून बाहेर पडणं, अध्यात्माची सखोलता, तरंगऊर्जा, चेतना, ध्यानधारणा, कार्मिक तत्त्वज्ञान, धार्मिक श्रद्धा, विज्ञान आणि अध्यात्माचं एकीकरण त्याचप्रमाणे मन, शरीर व औषधोपचार यांचं एकीकरण असे विविध जीवनावश्यक विषय त्यांच्या बोलण्यात असतात. विषय कोणताही असला तरी त्याचं पृथक्करण करण्याची त्यांची हातोटी आहे.

लाखो-करोडो मनांमध्ये परिवर्तन घडवून आणल्याबद्दल २०१९मध्ये 'नारीशक्ती पुरस्कार' प्रदान करून त्यांना गौरवण्यात आलं. भारतामध्ये स्त्रियांना

दिला जाणारा हा सर्वश्रेष्ठ नागरी पुरस्कार आहे. आध्यात्मिक जाणीव विकसित करण्यात त्यांचा असलेला विलक्षण प्रभाव पाहून ASSOCHAM संस्थेच्या लेडीज लीगने २०१४मध्ये 'विमेन ऑफ द डिकेड अचिव्हर्स अवॉर्ड' प्रदान करून त्यांना सन्मानित केलं. वर्ल्ड सायकिॲट्रिक असोसिएशनने २०१७मध्ये 'गुडविल ॲम्बॅसॅडर' म्हणून त्यांची नियुक्ती केली. २०१७ आणि २०१८ या दरम्यान उत्तर अमेरिकेतील अनेक शहरांना त्यांनी भेटी दिल्या. त्या वेळेस त्यांच्या प्रभावामुळे अनेक आयुष्यांना नव्याने आकार मिळाला. म्हणून कुपरटिनो, न्यू जर्सी, ओहायो, सॅन्टा क्लॅरा आणि सॅन फ्रॅन्सिस्को इथे त्यांना प्रोक्लमेशन (जाहीर घोषणापत्र) देऊन सन्मानित करण्यात आलं.

यूएसए येथील सिलिकॉन व्हॅलीमध्ये त्यांनी गूगल, मायक्रोसॉफ्ट, सिस्को, ॲमेझॉन आणि इंटेलसारख्या महाकाय कॉर्पोरेटसमोर व्याख्यानं दिली आहेत. रिलायन्स जिओ, मारुती सुझुकी इंडिया, इंडियन ऑईल कॉर्पो रेशन, गोदरेज इंडस्ट्रीज लिमिटेड, जी. ई. एनर्जी, एशियन पेंट्स आणि टाइम्स ऑफ इंडिया अशा अनेक व्यावसायिक संस्थांसमोर त्यांनी विचार प्रकटन केलं आहे. वायपीओ, एफएलओ, एओ चॅप्टर्स आणि इंडियन आर्मड् फोर्सेस (भारतीय सशस्त्र सेना) इथेही त्यांनी आपले विचार मांडले आहेत. त्या रोटरी इंटरनॅशनल व लायन्स क्लब्ज इंटरनॅशनल इथेही त्या व्याख्यानं देत असतात. भारतभरातील महत्त्वाच्या शाळा, महाविद्यालयं त्याचप्रमाणे आयआयएम, आयआयटी व एआयएमए यांसारख्या व्यवस्थापन संस्था व नेतृत्व कौशल्य शिकवणाऱ्या अनेक संस्थांमध्ये संवाद साधण्यासाठी त्यांना निमंत्रित करण्यात येतं.

भारतातील प्रमुख शहरांतील 'द इंडियन मेडिकल असोसिएशन'च्या वतीने त्यांना माइंड-बॉडी-मेडिसीन या विषयावर व्याख्यानासाठी सातत्याने बोलावलं जातं. कॅन्सरचे रुग्ण आणि कॅन्सरमधून बऱ्या झालेल्या व्यक्तींसाठी त्या वरचेवर कार्यक्रम आयोजित करत असतात. दरवर्षी त्या अवयवदान जागृतीसाठी सक्रीय सहभाग देतात. 'अद्‌भुत मातृत्व' या अनोख्या कार्यक्रमासाठी श्रमणाऱ्या समुहाचा त्या भाग आहेत. ऋजत्रऋडखच्या वतीने चालणाऱ्या या वैशिष्ट्यपूर्ण कार्यक्रमात 'भावी पालकांसाठी' दिव्य गर्भसंस्कार आणि त्यामागची शास्त्रीय व आध्यात्मिक तत्त्वं यांचा वेध घेतला जातो.

विचारवंत, वक्त्या आणि लेखिका असलेल्या शिवानी यांनी पुणे विद्यापीठ, भारत येथून इलेक्ट्रॉनिक्स इंजिनिअरिंगमध्ये शैक्षणिक गुणवत्तेसाठी सुवर्ण पदक प्राप्त केलं आहे.

वाचक त्यांच्याशी खालील पत्त्यावर संपर्क साधू शकतात :

Facebook: https://www.facebook.com/BKShivani
YouTube: https://www.youtube.com/BKShivani
Instagram: https://www.instagram.com/BKShivani

# द ब्रह्माकुमारीज्

द ब्रह्माकुमारीज् ही संस्था आंतरराष्ट्रीय एनजीओ आहे. 'इकॉनॉमिक ॲन्ड सोशल कौन्सिल ऑफ द युनायटेड नेशन्स' त्याचप्रमाणे, युनिसेफ यांची ती सल्लागार संस्थादेखील आहे. संस्थेच्या माऊंट आबू, राजस्थान येथील वैश्विक मुख्यालयातून पाच खंडातील १४०हून अधिक देशांतील ४५०० केंद्रांचं कामकाज चालतं. सकारात्मक बदल घडवून आणण्याच्या दृष्टीने द ब्रह्माकुमारीज् विविध कार्यक्रम आणि अभ्यासक्रम राबवते.

जीवनाकडे सकारात्मक दृष्टीने पाहता यावं आणि मनःशांती अनुभवता यावी यासाठी द ब्रह्माकुमारीज् ही संस्था राजयोगाचे शिक्षण देते. विविध धर्म आणि सांस्कृतिक पार्श्वभूमी असलेल्या व्यक्तींना स्वतःच्या आध्यात्मिकतेचा मागोवा घेता यावा तसंच, राजयोगातून आत्मसात केलेल्या ध्यानधारणा आणि सखोल मनन या कौशल्यांचं शिक्षण घेता यावं यासाठी संस्था संधी देते. जगभरातील लक्षावधी लोकांच्या जीवनात शुद्धता, शांती, प्रेम आणि आनंदाने ओतप्रोत असा व्यवहार्य व शाश्वत अनुभव आणणे हेच संस्थेचं स्थापनेपासूनचं मूल्य आहे.

संस्थेच्या शिकवणुकीचा गाभा राजयोग मेडिटेशन हा आहे. या अभ्यासक्रमातून तत्त्व आणि वस्तूमात्र यांच्यातील संबंध तार्किक आणि व्यवहार्य पातळीवर समजून घेता येतात. त्याचप्रमाणे आत्मा, ईश्वर आणि भौतिक जगातील संबंध लक्षात यायला मदत होते. हे सर्व अभ्यासक्रम, परिसंवाद

आणि कार्यशाळा विनामूल्य असून समाजसेवा म्हणून त्यांचा जनतेला लाभ दिला जातो.

**द ब्रह्माकुमारीज्च्या प्रत्येक केंद्रामध्ये राजयोग मेडिटेशनचा मूलभूत अभ्यासक्रम विनामूल्य शिकवला जातो. दररोज एक तास असा सात दिवसांचा हा अभ्यासक्रम आहे. तुमच्या नजीकचं केंद्र जाणून घेण्यासाठी खालील लिंक्सवर जा –**

https://www.brahmakumaris.com/centers/(India)
https://www.brahmakumaris.org/center-locator
(International)

**ब्रह्माकुमारीज्चे 'अवेकनिंग' हे चोवीस तास चालणारं टीव्ही चॅनल आहे.**

**ब्रह्माकुमारीज्‌तर्फे आयोजित केले जाणारे प्रशिक्षणात्मक कार्यक्रम :**

- सेल्फ-मॅनेजमेंट (स्व-व्यवस्थापन)
- स्ट्रेस-फ्री लिव्हिंग (तणावमुक्त जीवन)
- लिव्हिंग व्हॅल्यूज (मूल्यांवर आधारित जीवन)
- इमोशनल इंटलिजन्स (भावनिक बुद्धिमत्ता)
- माइंड मॅनेजमेंट (मनाचे व्यवस्थापन)
- हार्मनी इन रिलेशनशिप्स (नात्यांतील ताळमेळ)
- सेल्फ एम्पॉवरमेंट (स्व-सशक्तीकरण)
- एन्हान्सिंग सेल्फ एस्टीम (आत्मसन्मान वाढवणे)
- एक्सप्लोरिंग इनर पॉवर्स (आंतरिक शक्तींचा विकास)
- व्हॅल्यूज इन हेल्थ केअर (आरोग्याच्या काळजीतील मूल्ये)
- लिडरशिप स्किल्स (नेतृत्व-कौशल्ये)
- वर्क-लाइफ बॅलन्स (काम-वैयक्तिक आयुष्य यांतील समतोल)
- कार्मिक प्रिन्सिपल्स (कर्माचे सिद्धान्त)
- आर्ट ऑफ राइट थिंकिंग (योग्य विचार करण्याची कला)
- इफेक्टीव्ह अॅन्ड गुड पॅरेन्टींग (प्रभावी, सुजाण पालकत्व)
- स्पिरिच्युअल अॅडव्हान्समेन्ट (आध्यात्मिक उन्नती)

वर नमूद केलेल्या कार्यक्रमांचे आयोजन ब्रह्माकुमारीच्या केंद्रांवर तर केले जातेच; पण याशिवाय शाळा, कॉलेज, हॉस्पिटल्स, जेल, कॉर्पोरेट ऑफिसेस (खाजगी व सरकारी) अशा ठिकाणीही केले जाते.

# AWAKENING

To A New Way of Living

Brahma Kumaris TV Channel

द ब्रह्माकुमारीज् यांच्याद्वारे चालवण्यात येणारे **अवेकनिंग टीव्ही चॅनल** हे 'आपण स्वतःत बदल घडवला, की आपलं जग आपोआप बदलतं,' या जाणिवेवर आधारित आहे. त्याची प्रमुख वैशिष्ट्ये खालीलप्रमाणे-

१) भावनिक आरोग्यासारख्या विषयावर आणि तणाव, राग, भय, नातेसंबंध, व्यवसायाशी निगडित बाबी, करिअर-वैयक्तिक जीवन यातील समतोल इत्यादी जीवनशैलीशी संबंधित विविध पैलूंवर संवादात्मक कार्यक्रम.

२) शरीर आणि मन यांच्या परस्परसंबंधांवर आधारित कार्यक्रम : व्यसनमुक्तीवर आधारित कार्यक्रम, हृदयाला रक्तपुरवठा करणाऱ्या धमन्यांशी संबंधित विकारापासून सुटका; योग, चांगले आरोग्य कमावणे आणि आजारांतून मुक्त होण्यासाठी भावनांना दिशा देण्याचे महत्त्व.

३) मानसिक आरोग्याशी संबंधित कार्यक्रम : नैराश्य, ओसीडी, मुलांची अतिसक्रियता आणि आजच्या काळात भेडसावणारे अनेक मानसिक विकार.

४) डॉक्टर, न्यायालय, राजकारण, प्रशासक, व्यवसाय आणि उद्योग, माध्यमं, कला आणि संस्कृती, वैज्ञानिक आणि अभियंते, संरक्षणक्षेत्रातील सेवा, प्रवास आणि पर्यटन इत्यादी सर्व प्रकारच्या व्यावसायिक क्षेत्रांमध्ये आध्यात्मिक तत्त्वांचे प्रत्यक्ष आचरण कसे करावे याचे मार्गदर्शन करणारे कार्यक्रम.

५) सात्त्विक पाककृती तयार करण्याविषयी आणि स्वयंपाक तसेच भोजन करताना आपली मनोभूमिका कशी असावी याविषयी मार्गदर्शन करणारा पाककृतीविषयक कार्यक्रम.

६) परिपूर्ण पालकत्वाशी संबंधित विशेष कार्यक्रम.

७) लोकांना घरबसल्या ध्यान करता यावे यासाठी साहाय्य करणारे मार्गदर्शक ध्यानप्रकारांचे दिवसभर प्रक्षेपण.

८) भक्तिगीते.

संकेतस्थळ : https://awakening.org

## राजयोग ध्यान वर्ग

**आत्मसाक्षात्कार** – स्वत:चे आध्यात्मिक अस्तित्व जाणून घेणे. एक अतिसूक्ष्म तारा, एक प्रकाशबिंदू – आत्मा. प्रेम, शांती, सुख, सत्य, आनंद आणि शुद्धता हे आत्म्याचे स्वाभाविक गुणधर्म आहेत.

**ईश्वराला समजून घेणे** – आपल्याप्रमाणेच ईश्वर हादेखील एक आत्मा आहे. तो परमात्मा आहे. तो स्वत: कधीही शरीर धारण करत नाही. तो सर्वशक्तिमान आहे. तो प्रेम, शांती, सामर्थ्य आणि शुद्धता यांचा महासागर आहे.

**ईश्वराबरोबरचं नातं** – जेव्हा आपण आपल्या मनाला ध्यानाच्या माध्यमातून ईश्वराशी एकतानतेने जोडायला शिकतो, त्यानंतर कुठलीही परिस्थिती आली तरी आपल्याला मदतीचा हात मिळतो. त्या परिस्थितीतून बाहेर पडण्याचं सामर्थ्य मिळतं. सामर्थ्याच्या आणि अन्य सद्‌गुणांच्या अथांग सागरापासून आपण केवळ एक विचाराच्या अंतरावर असतो.

**कर्माचा सिद्धान्त** – प्रत्येक क्रियेला तेवढीच आणि विरुद्ध प्रतिक्रिया येत असते. आपण कधी तरी जे काही दिलेलं होतं त्याच्या प्रतिफळाचा आज आपण अनुभव घेत आहोत. आपला प्रत्येक विचार, शब्द आणि कृती म्हणजे आपण निर्माण आणि उत्सर्जित करत असलेली ऊर्जा आहे. यालाच आपले 'कर्म' असे म्हटले जाते. आपल्या आवतीभोवती निर्माण होणारी परिस्थिती आणि लोकांचे वर्तन म्हणजे आपण ग्रहण करत असलेली ऊर्जा – यालाच आपले 'भाग्य' असे म्हटले जाते.

**राजयोग ध्यान** – या ध्यानाचा अभ्यास डोळे उघडे ठेवून, कधीही आणि कुठेही करता येतो. याच्या नियमित अभ्यासामुळे वेगवेगळ्या परिस्थितींमध्ये केवळ प्रतिक्रिया देण्याऐवजी योग्य तो प्रतिसाद देण्यासाठी आपल्याला मदत मिळते. आपल्या जीवनामध्ये एका सुसंगतीचा प्रारंभ होतो. आपल्याकडून अधिक चांगली, आनंददायक, सुदृढ नाती निर्माण होतात. आपल्या जीवनामध्ये अत्यंत सकारात्मक पद्धतीने परिवर्तन होते.

**आठ आध्यात्मिक शक्ती** – कुठल्याही आव्हानाला सामोरं कसं जायचं हे आपल्याला समजून येतं. राजयोगामधून प्राप्त होणाऱ्या आठ शक्तींच्या साहाय्याने कुठल्याही परिस्थितीमध्ये उत्तमरित्या कसं जगावं हेदेखील आपल्याला समजतं : सहनशक्ती, सामावून घेण्याची शक्ती, पारखण्याची शक्ती, निर्णय घेण्याची शक्ती, सामना करण्याची शक्ती, सहयोगाची शक्ती, विस्ताराला संकीर्ण करण्याची शक्ती, एकत्रीकरणाची शक्ती.

# BRAHMA KUMARIS CENTRES

The Brahma Kumaris have more than 8,500 centres in over 133 countries, with the international headquarters at Mt. Abu, Rajasthan.

INDIA

World Headquarters 'Pandav Bhawan,'
Post Box No.2, Mt. Abu–307501
Tel: 2974–238261 To 238268

Om Shanti Retreat Centre
Gurgaon. Tel: 0124–2379960

Shanti Sarovar Retreat Centre
Hyderabad. Tel: 040–23005983

25, New Rohtak Road, Karol Bagh New Delhi.
Tel: 011–23628976

23, Dar-Ul-Muluk, Gamdevi Mumbai.
Tel: 022-23803681

81/1, Bangur Avenue, V.I.P. Road Side Kolkata.
Tel: 033-25747863

3702, Annanagar, Block Q-96 Chennai.
Tel: 044-26267441

UNITED KINGDOM & EUROPE

Global Co-operation House, 65-69 Pound Lane
London. Tel: 44-20-8727 3350

Global Retreat Centre
Oxford. Tel: 44-1865-343 551

Centre de Raja Yoga, 74 rue Orfila Paris, France.
Tel: 33-1-43 58 44 27

Raja Yoga Institut
Frankfurt, Germany. Tel: 49-69-49 18 46

Styrmansgatan 3 Stockholm, Sweden.
Tel: 46-8-663-79 59

12 rue J.-A. Gautier Geneva, Switzerland.
Tel: 41-22-731 12 35

RUSSIA

2 Gospitalnaya Ploschad
Moscow. Tel: 7–499–263 02 47

4 Severny Prospect
Saint-Petersburg. Tel: 7–812–293 28 44

NORTH & SOUTH AMERICA

Global Harmony House, 46 S. Middle Neck Road
New York. Tel: 1–516–773 0971

Peace Village— Learning & Retreat Centre
New York. Tel:1–518–589 5000

2428 Griffith Park Boulevard
Los Angeles. Tel: 1–323–664 0022

1212 New York Avenue
Washington DC. Tel: 202–238 3263

897 College Street Toronto, Canada.
Tel: 1–416–537 3034

Rua Dona Germaine Burchard, 589
Sau Paulo, Brazil. Tel: 55–11–3864 2639

AFRICA

Global Museum, Maua Close Nairobi, Kenya.
Tel: 254–20–3743572

Inner Space, 28 Judith Street Johannesburg, South Africa.
Tel: 27–11–487 2800

ASIA

17 Dragon Road, Causeway Bay
Hong Kong SAR. Tel: 852–2806 3008

1-30-15 Numabukuro Tokyo, Japan.
Tel: 81–3–5380 4169

52 Lorong Melayu, Singapore.
Tel: 65–6441 1411

Chaengwattana Rd. 27, Pakkret
Bangkok, Thailand. Tel: 66–2–573 8242

7484 Bagtikan Corner, Makati City
Manila, Philippines. Tel: 63–2–890 7960

AUSTRALIA & NEW ZEALAND

78 Alt Street, Ashfield
Sydney, NSW. Tel: 61-2-9716 7066

4 Park Avenue, Avalon
Wellington. Tel: 64-4-567 0699